AF519172

ഭരണഘടന
ഒരു വായന

Bharanakhadana oru vayana
Study

Justice H N Nagamohan Das

CHINTHA PUBLISHERS
Thiruvananthapuram

© Rights Reserved
All rights reserved. No part of this publication may be reproduced, transmitted, or stored in a retrieval system in any form or by any means without the written permission of the publisher.

First Edition
August 2022

Published & Typesetting
Chintha Publishers, Thiruvananthapuram

Printed at
Print Express, Kochi

Cover Design
Vinod mangoes

ISBN : 978-93-94753-22-8

CO - 3140 / 6139

Email: chinthapublishers@gmail.com
Website: www.chinthapublishers.com

A version is available at National Libraries
Kolkata, Mumbai, Chennai and Delhi

Distribution
DESHABHIMANI BOOKHOUSE
H O Thiruvananthapuram 695035

Branch
Head Office Kunnukuzhi • Statue Thiruvananthapuram
KSRTC Bus Terminal Thampanoor • Saphalyam Complex Thiruvananthapuram
KSRTC Bus Station Alappuzha • KSRTC Bus Station Ernakulam
Machingal Lane Thrissur • IG Road Kozhikode
Mavoor Road Kozhikode • NGO Union Building Kannur
Central Bus Terminal Complex Thavakkara Kannur

ഭരണഘടന
ഒരു വായന

ജസ്റ്റിസ് എച്ച് എൻ നാഗമോഹൻ ദാസ്

പരിഭാഷ:
ആർ വി ആചാരി

ചിന്ത പബ്ലിഷേഴ്സ്
തിരുവനന്തപുരം-695 035

ജസ്റ്റിസ് എച്ച് എൻ നാഗമോഹൻ ദാസ്

ജസ്റ്റിസ് എച്ച് എൻ നാഗമോഹൻ ദാസ് കർണ്ണാടകത്തിൽ കോലാർ ഡിസ്ട്രിക്റ്റിൽ മുൾബാഗൽ താലൂക്കിലെ ഹെബ്ബാണി ഗ്രാമത്തിൽ 1952 ഫെബ്രുവരി 12 ന് ജനിച്ചു. പിതാവ്: സ്വാതന്ത്ര്യപോരാളി എച്ച് എൻ നാഗപ്പ. അമ്മ: പാർവത്തമ്മ.

സ്കൂൾ വിദ്യാഭ്യാസകാലത്ത് ജനാധിപത്യ പ്രവർത്തനത്തിൽ സജീവം. ബെംഗളൂരു വിശ്വവിദ്യാലയത്തിൽനിന്ന് നിയമബിരുദം. യങ് അഡ്വക്കേറ്റ്സ് ഫോറത്തിന്റെ സ്ഥാപക സെക്രട്ടറി. ആൾ ഇന്ത്യാ ലോയേഴ്സ് യൂണിയന്റെ സംസ്ഥാനതല സംഘാടകൻ. ബെംഗളൂരുവിലെ അഡ്വക്കേറ്റ്സ് അസോസിയേഷന്റെ ജനറൽ സെക്രട്ടറി.

2004 ൽ കർണ്ണാടക ഹൈക്കോർട്ട് ജഡ്ജിയായി. ഒരു പതിറ്റാണ്ടിനുശേഷം 2014 ൽ വിരമിച്ചു. അനന്തരം സുപ്രീം കോടതിയിൽ മുതിർന്ന അഭിഭാഷകനായി സേവനം. കർണ്ണാടക സർക്കാരിന്റെ പല കമ്മീഷനുകളിലെയും വിശ്രുത അദ്ധ്യക്ഷൻ.

സോഷ്യലിസം, കർണ്ണാടകത്തിലെ ജുഡീഷ്യറി, തൊട്ടുകൂടായ്മ: സമൂഹവും നിയമവും, അറിവിന്റെ കെടാവിളക്ക്, ലിംഗ അസമത്വം; ലോക ധൈഷണികൻ ഡോ. അംബേദ്കർ, ഡോ.അംബേദ്കറും തൊഴിൽ നിയമവും തുടങ്ങിയ പുസ്തകങ്ങൾ കന്നഡത്തിലും *യുവ അഭിഭാഷകർ നേരിടുന്ന സമസ്യകളും വെല്ലുവിളികളും, ഭരണഘടന നേരിടുന്ന വെല്ലുവിളികൾ* എന്നീ പുസ്തകങ്ങൾ ഇംഗ്ലീഷിലും രചിച്ചിട്ടുണ്ട്.

ആർ വി ആചാരി

ആർ വി ആചാരി കേരളത്തിൽ ശാസ്താംകോട്ടയിൽ 1939 ൽ ജനനം. പിതാവ്: രാമൻ ആചാരി; മാതാവ്: കാർത്യായനി. 1973 മുതൽ ബെംഗളൂരുവിൽ സ്ഥിരതാമസം. സാമൂഹിക സാംസ്കാരികരംഗത്ത് സജീവം.

തിരുവനന്തപുരം കോളജ് ആഫ് എഞ്ചിനീയറിങ്ങിൽനിന്നും ഒന്നാം റാങ്കോടെ സിവിൽ എഞ്ചിനീയറിങ്ങിൽ ബിരുദം. റാഞ്ചിയിലെ ഹെവി എഞ്ചിനീയറിങ് കോർപറേഷൻ, ഹിന്ദുസ്ഥാൻ സ്റ്റീൽ, മെകോൺ എന്നീ കേന്ദ്ര പൊതുമേഖലാ സ്ഥാപനങ്ങളിൽ സേവനം. മക്നലി ഭാരത് എഞ്ചിനീയറിങ്ങിൽ ചീഫ് എഞ്ചിനീയർ, ശില്പി ഡിസൈൻ ആൻഡ് എഞ്ചിനീയറിങ്ങിന്റെ സ്ഥാപകനും മാനേജിങ് ഡയറക്ടറും.

വാസ്തുശാസ്ത്രം-പൊരുളും പൊരുത്തക്കേടും, വാസ്തു അന്ധവിശ്വാസമോ? എന്നീ പുസ്തകങ്ങൾ മലയാളത്തിലും, *Vâstuúâstra, The Divine Tragedy* എന്ന വാസ്തുശാസ്ത്രങ്ങളുടെ തുടക്കവും ഗതിവിഗതികളും വസ്തുനിഷ്ഠവും അലിഖിതവുമായ വാസ്തു വിദ്യയുടെ മറവിൽ നടന്നുവരുന്ന ജല്പനങ്ങളും കല്പനകളും ദുരൂഹതകളും ആഴത്തിൽ വിശകലനം ചെയ്യുന്ന ഒരു ഗവേഷണ പുസ്തകം ഇംഗ്ലീഷിലും രചിച്ചിട്ടുണ്ട്.

ഉള്ളടക്കം

പ്രസാധകക്കുറിപ്പ്

ഇന്ത്യ എന്ന ആശയം അതിന്റെ ചരിത്രത്തിലെ ഏറ്റവും വലിയ വെല്ലുവിളികളെ നേരിടുന്ന ഒരു ചരിത്രസന്ധിയാണിത്. സ്വതന്ത്ര ഇന്ത്യ രൂപീകരിക്കപ്പെട്ടത് ഏതൊക്കെ തത്വങ്ങളുടെ മുകളിലാണോ അവയൊക്കെത്തന്നെ മൗലികമായി ഇന്ന് ചോദ്യം ചെയ്യപ്പെടുകയാണ് . മതേതര ഇന്ത്യ നേരിടുന്ന കടുത്ത വെല്ലുവിളിയുടെ ഈ നാളുകളിൽ ഇന്ത്യൻ ഭരണഘടനയിൽ എഴുതിച്ചേർത്തിരിക്കുന്ന മൗലിക മൂല്യങ്ങളാണ് നമ്മുടെ ഏറ്റവും വലിയ പ്രതിരോധായുധം. അതിനെ സംരക്ഷിക്കുകയാണ് എല്ലാ ജനാധിപത്യവാദികളുടെയും മുഖ്യ കടമ.

കേവലമായ കുറെ തത്വങ്ങളുടെ സമാഹാരമെന്ന നിലയില്ലാതെ, ബഹുമുഖമായരീതിയിൽ ഇന്ത്യൻ ഭരണഘടനയെ വായിച്ചെടുക്കേണ്ടതുണ്ട്, ചരിത്രപരമായി മനസിലാക്കേണ്ടതുണ്ട്. അതിന്റെ സാമ്പത്തിക സാമൂഹിക ഭൂമികയെ തിരിച്ചറിയേണ്ടതുണ്ട്. വളരെ ലളിതമായ രീതിയിൽ അതിനുള്ള ഒരു ശ്രമമാണ് ജസ്റ്റിസ് എച്ച് എൻ നാഗമോഹൻദാസിന്റെ ഈ പുസ്തകം. പല ഇന്ത്യൻ ഭാഷകളിലേക്കും ഇതിനകം മൊഴിമാറ്റം ചെയ്യപ്പെട്ടിരിക്കുന്ന ഈ കൃതി മലയാളത്തിൽ അവതരിപ്പിക്കാൻ മുൻകൈ എടുത്ത ആർ വി ആചാരിയോടും കന്നഡ പ്രസാധകരായ 'സഹയാന'യോടും നന്ദി രേഖപ്പെടുത്തുന്നു.

ചിന്ത പബ്ലിഷേഴ്സ്

ഗ്രന്ഥകർത്താവിന്റെ വാക്ക്

നമ്മുടെ ഭരണഘടന ലോകത്തിലെ ഏറ്റവും വലിയ എഴുതപ്പെട്ട ഭരണഘടനയാണ്. ഇത് നിലവിൽവന്നിട്ട് 69 വർഷം പിന്നിടുമ്പോഴും അത് സചേതനമായി നിലനില്ക്കുന്നു. എന്നിട്ടും ബഹുഭൂരിപക്ഷം ജനങ്ങളും ഇതു വായിച്ചിട്ടില്ല. ഗവണ്മെന്റുകൾപോലും ഭരണഘടനയുടെ അന്തഃസത്ത ജനങ്ങളെ ബോദ്ധ്യപ്പെടുത്താൻ ശ്രമിക്കുന്നില്ല. ഈ അടുത്തകാലത്തായി വിദ്യാഭ്യാസത്തിൽ ഭരണഘടനയെ പരിചയപ്പെടുത്തുവാനൊരു ചെറിയ ഉദ്യമം നടന്നുവരുന്നു. അത് സ്വാഗതാർഹമാണ്.

കുറെ വിദ്യാസമ്പന്നർ ഇത് വായിച്ചിട്ടുണ്ട്. അവരും ശരിയായ വിധത്തിൽ മനസ്സിലാക്കിയിട്ടില്ല. മനസ്സിലാക്കിയവർ അതനുസരിച്ച് പ്രവർത്തിക്കുന്നില്ല. ഇതിന്റെ പരിണതഫലമായി ഇനിയും പരിഹാരമാകാതെ നിരവധി പ്രശ്നങ്ങൾ അവശേഷിക്കുന്നു. കുറെ പുതിയ പ്രശ്നങ്ങളും ഉയർന്നുവരുന്നു. അതിനോടൊപ്പം നിരവധി ചോദ്യങ്ങൾ നമ്മെ അലട്ടുന്നുണ്ട്. ഇത്തരം സാഹചര്യത്തിൽ ഭരണഘടനയുടെ അന്തഃസത്ത പുനഃപരിശോധിക്കണമെന്ന ആർപ്പുവിളികളും കേൾക്കുന്നുണ്ട്. അതോടൊപ്പം ഭരണഘടനതന്നെ മാറ്റണമെന്ന ആവശ്യവും ഉയരുന്നുണ്ട്.

ഈ സാഹചര്യത്തിൽ നാട്ടിലെ യുവാക്കൾ എന്താണ് ശരിയെന്നറിയാതെ സന്ദിഗ്ദ്ധാവസ്ഥയിലാണ്. നമ്മുടെ ഭരണഘടന ഏതു ഭാഷയിലായാലും പത്തുപ്രാവശ്യം വായിച്ചാലും വേണ്ടവിധത്തിൽ മനസ്സിലാകണമെന്നില്ല. കാരണം ഇത് ഒരു കഥയല്ല, നോവലല്ല, കവിതയുമല്ല. മറിച്ച്, ഇതൊരു രാഷ്ട്രീയ സാമ്പത്തിക സാമൂഹിക അനുശീലനമാണ്. ഭരണഘടനയെ അറിയാൻ അതിന്റെ പൂർവ്വ പശ്ചാത്തലവും വർത്തമാനവും അറിയണം. ഭാരതമെന്ന ദേശത്തെ അറിയാതെ ഭാരതത്തിന്റെ ഭരണഘടന അറിയാനാകില്ല. ഭാരതത്തിന്റെ ഭരണഘടന മനസ്സിലായാലും അതിന്റെ അന്തഃസത്ത മനസ്സിലാകണമെന്നില്ല. നിയമ

നിർമ്മാണസഭ, എക്സിക്യൂട്ടീവ്, ജുഡീഷ്യറി എന്നീ മേഖലകളിൽ ദൈനംദിന കാര്യങ്ങൾ അവിഘ്നം നടക്കേണ്ടതുണ്ട് എന്നതാണ് ഭരണഘടനയുടെ മൂലതത്ത്വം.

അതുകൊണ്ട് നമ്മുടെ ഭരണഘടന വായിച്ചറിഞ്ഞ് ലളിതമായി വ്യാഖ്യാനിച്ച് മനസ്സിലാക്കിക്കൊടുക്കുക എന്ന ശ്രമമാണ് ഈ പുസ്തകം. നമ്മളെല്ലാം നമ്മുടെ ഭരണഘടന ശരിയായ രീതിയിൽ മനസ്സിലാക്കി അത് അനുശാസിക്കുന്ന വിധത്തിൽ പ്രവർത്തിച്ചാൽ ഏതാനും വർഷങ്ങൾക്കകം നമ്മുടെ പ്രശ്നങ്ങൾ പരിഹരിക്കാനാകുമെന്നുമാത്രമല്ല നമുക്ക് അഭിമുഖീകരിക്കേണ്ടിവരുന്ന പ്രശ്നങ്ങളെ നേരിടാനുമാകും. നമ്മളെല്ലാം ഒത്തൊരുമിച്ച് സമചിത്തരായി ശാന്തരായി നന്മനിറഞ്ഞ മനസ്സോടെ ഒരുവിധത്തിലുമുള്ള പകയോ വിദ്വേഷമോ ഇല്ലാതെ ജീവിച്ചാൽ നമ്മുടെ ദേശം പുരോഗതി കൈവരിച്ച് തുല്യത നിലനില്ക്കുന്ന സമൂഹത്തെ വാർത്തെടുക്കാമെന്നാണെന്റെ വിശ്വാസം.

എന്റെ ഈ ചെറിയ ഉദ്യമത്തിൽ ഉപദേശവും സഹകരണവും നല്കിയ ഡോ. വിത്തൽ ഭണ്ഡാരി, ഡോ. മീനാക്ഷി ബാളി, കെ എസ് വിമല, എസ് സത്യാ, ടി സുരേന്ദ്ര റാവു, എച്ച് എൻ ഹരി എന്നിവരോട് ഞാൻ കടപ്പെട്ടിരിക്കുന്നു.

ഞാൻ കന്നഡത്തിൽ രചിച്ച ഈ കൃതി ഇംഗ്ലീഷിലും ഇപ്പോളിതാ മലയാളത്തിലും മൊഴിമാറ്റം ചെയ്യപ്പെട്ടിരിക്കുന്നു. മലയാളത്തിൽ മൊഴിമാറ്റം ചെയ്തത് മൂന്നു പതിറ്റാണ്ടിന്റെ സൗഹൃദമുള്ള ശ്രീ. ആർ വി ആചാരി ആണെന്നതിൽ എനിക്ക് സന്തോഷമാണുള്ളത്.

എച്ച് എൻ നാഗമോഹൻ ദാസ്

വിവർത്തകന്റെ മൊഴി

ശബരിമലയിലെ സ്ത്രീപ്രവേശനം പ്രക്ഷുബ്ധമായി നിലനിന്ന നാളിൽ 'വ്യക്തിസ്വാതന്ത്ര്യവും ലിംഗസമത്വവും-ഇന്ത്യൻ ഭരണഘടനയിൽ' എന്ന വിഷയത്തിൽ ഒരു ഉല്ബോധന പ്രഭാഷണം ബെംഗളൂരുവിൽ സംഘടിപ്പിക്കുകയുണ്ടായി. പ്രഭാഷകൻ ജസ്റ്റിസ് നാഗമോഹൻ ദാസ്. 'സംവിധാന ഓതു' എന്ന തലക്കെട്ടിൽ വളരെ ലളിതമായ ഭാഷയിൽ അദ്ദേഹം എഴുതിയ പുസ്തകം മൂന്നുമാസങ്ങൾക്കുള്ളിൽ 30,000 കോപ്പികൾ വിറ്റഴിഞ്ഞിരിക്കുന്നു. കന്നഡ ജനതയെ ഇത്രമേൽ ആകർഷിച്ച പുസ്തകം മലയാളികളിലുമെത്തേണ്ടേ? ഞാൻ രചിച്ച *വാസ്തു ശാസ്ത്ര, ദി ഡിവൈൻ ട്രാജഡി* എന്ന പുസ്തകം ജിജ്ഞാസയോടെ വായിച്ച അദ്ദേഹം വളരെ സന്തോഷത്തോടെ ആ ദൗത്യം എന്നെ ഏല്പിക്കുകയാണുണ്ടായത്.

മൂലഗ്രന്ഥത്തിന്റെ പ്രസാധകർ 'സഹയാന' ആണ്. അതിന്റെ കാര്യദർശി ഡോ. വിത്തൽ ഭണ്ഡാരി പുരോഗമന സാംസ്കാരിക മണ്ഡലത്തിൽ സഹപ്രവർത്തകനുമാണ്. തന്റെ അഭിവന്ദ്യപിതാവും യക്ഷഗാനത്തിലൂടെയും സാഹിത്യ-പത്രപ്രവർത്തനത്തിലൂടെയും നാടിന്റെ ജനതയെ പുരോഗതിയിലേക്ക് കൈപിടിച്ചുയർത്തിയ സാംസ്കാരിക നായകനുമായ ഡോ. ആർ വി ഭണ്ഡാരിയുടെ സ്മരണാർത്ഥം സ്ഥാപിച്ചതാണ് സഹയാന. അതിന്റെ ദൗത്യം അഭംഗുരം പൂർവ്വാധികം മെച്ചമായ രീതിയിൽ നിർവ്വഹിച്ചുവരുന്നു. ഒരു വാർഷിക പരിപാടിയിൽ ഞാനും പങ്കെടുക്കുകയുണ്ടായി. രണ്ടു മാസങ്ങൾക്കുള്ളിൽ പ്രസാധനം ചെയ്ത പന്ത്രണ്ടാമത്തെ പതിപ്പ് വിത്തൽ ഭണ്ഡാരി ഏല്പിക്കുന്നതോടെ കന്നഡ ഭാഷയെ അതിന്റെ അക്ഷരങ്ങളിലൂടെ വായിച്ചെടുക്കുന്ന ഞാൻ വിവർത്തനത്തിൽ ഏർപ്പെടുന്നു. വായനാപരിമിതി ആശയഗ്രാഹ്യത്തിലില്ല

ങ്കിലും മെക്കോണിലെ ഒരു പൂർവ്വകാല സഹപ്രവർത്തകനും സുഹൃത്തുമായ കുൽക്കർണി ഒരു വലിയ നിഘണ്ടുവുമായി സഹായത്തിനായി എത്തുന്നു. ഇതിനിടയിൽ ഇംഗ്ലീഷ് പരിഭാഷയും കൈയിൽ കിട്ടുന്നു. അപ്പോഴും മൊഴിമാറ്റത്തിന്റെ ലാവണ്യാനുഭവവുമായി 'തനുജാതി'ഭാഷ സഹായകമാകുന്നു.

ഈ പുസ്തകത്തിലൂടെ കടന്നുപോകുമ്പോൾ എന്നെ ഏറെ ആകർഷിച്ച സവിശേഷത ഇതിലെ ലളിതമായ ആവിഷ്കാരരീതിയും ഉള്ളടക്കത്തിലെ കാമ്പും അതിന്റെ സംവിധാനവുമാണ്. ചൂഷണം എന്തെന്നറിയാത്ത ആദിമ സമാജത്തിൽ തുടങ്ങി മനുഷ്യൻ മനുഷ്യനെ ചൂഷണം ചെയ്യുന്ന വ്യവസ്ഥിതിക്കറുതിവരുത്തി ഓരോരുത്തരും ഏവർക്കുമായി ജീവിക്കുന്ന സമൂഹത്തിന്റെ ഉൾക്കാഴ്ച്ച ഗ്രന്ഥകാരൻ ഈ കൃതിയിൽ നല്കുന്നുണ്ട്. പ്രാകൃതമനുഷ്യന്റെ ജന്തുസഹജവും ലളിതവുമായ ജീവിതരീതിയിൽ കടന്നുകൂടിയ വിലക്കുകളിലൂടെയാണ് പരിഷ്കൃത സമൂഹത്തിന്റെ തുടക്കം. ഇത്തരം വിലക്കുകളിൽ ചിലത് കാലയവനികയോടൊപ്പം കൊഴിഞ്ഞുപോകുകയും ചിലത് കൂടുതൽ ശക്തി ആർജ്ജിച്ച് നിയാമകമാകുകയും പുത്തൻ വിലക്കുകൾ വരുകയും ചെയ്യുന്നു. നിയമങ്ങളാവശ്യമില്ലാത്ത ഒരു സാമൂഹ്യനിയതിയിലേക്കുള്ള പ്രയാണത്തിലെ ചവിട്ടുപടിയാണ് ഭരണഘടന എന്ന സൂചനയും അതോടൊപ്പം സംഭവിച്ചുകൊണ്ടിരിക്കുന്ന ചതിക്കുഴിയുടെ മുന്നറിയിപ്പും ഗ്രന്ഥകാരൻ ഉചിത ഭംഗിയോടെ നല്കുന്നുണ്ട്.

ഭരണഘടന മനസ്സിലാകണമെങ്കിൽ ആ രാഷ്ട്രത്തെ അറിയണം. രാഷ്ട്രത്തെ അറിയണമെങ്കിൽ ഭരണഘടന രചിക്കപ്പെടുമ്പോഴുള്ള രാഷ്ട്രത്തിന്റെ അവസ്ഥമാത്രം അറിഞ്ഞാൽ മതിയാകില്ല. ആ അവസ്ഥയിലേക്കെത്തിയ ഗതിവിഗതികളും നേടിയ ഗരിമയും പെട്ടുപോയ ചതിക്കുഴികളും ജീവിച്ചിരിക്കുന്നവരുടെ മാത്രമല്ല ജീവിച്ചു മരിച്ചവരുടെ വൈവിദ്ധ്യമാർന്ന ജീവിതാനുഭവങ്ങളും ഉൾക്കൊള്ളാനാകണം. ചുരുക്കത്തിൽ നമ്മളെങ്ങനെ നമ്മളായീ എന്നറിയാതെ നമ്മുടെ ഭരണഘടനയെ അറിയാനാകില്ല. ഈ സവിശേഷ സമഗ്ര വീക്ഷണം ഈ കൃതിയെ വ്യത്യസ്തമാക്കുന്നു.

രാഷ്ട്രീയവീക്ഷണം രൂപപ്പെട്ടു തുടങ്ങിയ നാളുകളിൽ ഭരണഘടനയുടെ ആമുഖം അനാവരണം ചെയ്യുന്ന ഉദാത്ത തലത്തിലെത്താൻ - 1946 ഡിസംബർ 13 ന് ഭരണഘടനയുടെ ദർശനം വിളംബരം ചെയ്യുന്ന ജവാഹർലാൽ നെഹ്രുവിന്റെ വസ്തുനിഷ്ഠ പ്രമേയം (Objective Resolution) ആമുഖമായി അംഗീകരിക്കപ്പെടുകയായിരുന്നു - ഭരണഘടന തന്നെയല്ലേ തടസ്സം എന്ന ചിന്ത നിലവിലെ സാമൂഹ്യാവസ്ഥ അപ്രസക്തമാക്കിയിരിക്കുന്നു. ഏതുവിധേനയും ഈ ഭരണഘടനയെ സംരക്ഷിച്ചേ മതിയാകൂ എന്ന തിരിച്ചറിവാണ് പരിമിതികൾ ഏറെ ഉണ്ടെങ്കിലും ഈ മൊഴിമാറ്റ സാഹസത്തിന് ഞാൻ മുതിർന്നത്. സാഹസത്തിന്റെ ഓളം കവിതയിലുമെത്തി. അതിലെ ഒരു ചീന്ത് ഇതാ:

ധർമ്മനിരപേക്ഷനാടെന്നാലില്ല സർക്കാരിന്നൊരുമതം,
ഇല്ലേയില്ലൊരുമതത്തോടും പ്രീതിയോ വിദ്വേഷമോ;
പള്ളി വേറെ, പള്ളിക്കൂടവും വേറെ; വേലി സ്വയം
വിളതിന്നാലതുചതി, പ്രതിജ്ഞാലംഘനം സൂക്ഷ്മം.

ഈ പരിഭാഷയിൽ ക്ലിഷ്ടത കുറച്ച് പാരായണക്ഷമത വരുത്താൻ എന്റെ യുവ സുഹൃത്ത് സുദേവൻ പുത്തഞ്ചിറയുടെ പരിശോധന ഏറെ സഹായകമായിട്ടുണ്ട്.

ആർ വി ആചാരി

ബെംഗളൂരു, മേയ് 20, 2019.

ഇന്ത്യൻ ഭരണഘടന

ആമുഖം

നമ്മൾ, ഇന്ത്യയിലെ ജനങ്ങൾ, ഇന്ത്യയെ ഒരു പരമാധികാര. സ്ഥിതിസമത്വ, മതനിരപേക്ഷ, ജനാധിപത്യ റിപ്പബ്ലിക്കായി സംവിധാനം ചെയ്യുന്നതിനും ഭാരതത്തിലെ എല്ലാ പൗരർക്കും സാമൂഹികവും സാമ്പത്തികവും രാഷ്ട്രീയവുമായ നീതി, ചിന്ത, ആശയാവിഷ്കാരം. വിശ്വാസം. ഭക്തി, ആരാധന എന്നിവയ്ക്കുള്ള സ്വാതന്ത്ര്യം, സ്ഥാനമാനങ്ങൾ, അവസരങ്ങൾ, എന്നിവയിലുള്ള സമത്വം എന്നിവ ഉറപ്പുവരുത്തുന്നതിനും വ്യക്തിയുടെ സ്വാഭിമാനവും രാഷ്ട്രത്തിന്റെ ഐക്യവും അഖണ്ഡതയും ഉറപ്പുവരുത്തുന്ന സാഹോദര്യം എല്ലാവരിലും വളർത്തുന്നതിനും ദൃഢനിശ്ചയം ചെയ്തുകൊണ്ട് നമ്മുടെ ഭരണഘടനാസഭയിൽവച്ച്, 1949 നവംബറിന്റെ ഈ ഇരുപത്താറാം ദിവസം, ഈ ഭരണഘടനയെ അംഗീകരിക്കുകയും നമുക്കായിത്തന്നെ സമർപ്പിക്കുകയും ചെയ്യുന്നു.

ഇന്ത്യയുടെ ഭരണഘടനാ പ്രാധാന്യം അട്ടിമറിക്കപ്പെടുന്ന ഇന്നത്തെ ഭീഷണ സാഹചര്യത്തിൽ, നമ്മുടെ ജനാധിപത്യംതന്നെ പ്രതിസന്ധി നേരിടുമ്പോൾ, നമ്മുടെ ഭരണഘടനയുടെ ചരിത്രം, അത് നിർമ്മിച്ചവരുടെ മുൻപിലുണ്ടായിരുന്ന മാതൃകകൾ, ഇന്ത്യൻ ഭരണഘടനയുടെ മാർഗ്ഗനിർദ്ദേശകതത്ത്വങ്ങൾ, രാജ്യത്തിന്റെ പരമാധികാരവും ജനാധിപത്യവും മതേതരത്വവും നില നിർത്തുന്നതിനും സ്ഥിതിസമത്വത്തിലേക്ക് നീങ്ങുന്നതിനും സഹായകമായ അതിന്റെ വ്യവസ്ഥകൾ, പൗരസ്വാതന്ത്ര്യം അഭിപ്രായസ്വാതന്ത്ര്യം, ആവിഷ്കാര സ്വാതന്ത്ര്യം, ഒത്തുകൂടാനുള്ള സ്വാതന്ത്ര്യം, രാജ്യത്ത് എമ്പാടും യാത്ര ചെയ്യാനുള്ള സ്വാതന്ത്ര്യം, ഇഷ്ടമുള്ള മതം സ്വീകരിക്കാനുള്ള സ്വാതന്ത്ര്യം സംരക്ഷിക്കാനുള്ള അതിന്റെ പ്രതിജ്ഞാബദ്ധത, ഭരണഘടന നിർമ്മിച്ച

അംബേദ്കർ ഉൾപ്പെടെയുള്ളവരുടെ ദീർഘ ദർശനം, ഇന്ത്യ എന്ന ആശയം രൂപീകരിക്കുമ്പോൾ അവരെ നയിച്ച ആദർശങ്ങൾ ഇവയെല്ലാം പഠിക്കുകയും അനന്തരതലമുറകളെ പഠിപ്പിക്കുകയും ചെയ്യുന്നത് ഓരോ പൗരന്റെയും അടിസ്ഥാന കർത്തവ്യമായി മാറുന്നു. അങ്ങനെ മാത്രമേ നമുക്ക് നമ്മുടെ അടിസ്ഥാനസ്വാതന്ത്ര്യങ്ങളും ജനാധിപത്യവും സാംസ്കാരിക നാനാത്വവും മതേതരസമീപനവും ശാസ്ത്രീയ ലോകവീക്ഷണവുമെല്ലാം അവയുടെ പ്രതിലോമകാരികളായ ശത്രുക്കളിൽനിന്ന് സംരക്ഷിക്കാനാകൂ. അതാണ് ഈ പുസ്തകത്തിന്റെ ദൗത്യത്തിനു അടിയന്തര സ്വഭാവം നല്കുന്നത്.

കെ സച്ചിദാനന്ദൻ

സെപ്തംബർ 20, 2019
ന്യൂഡൽഹി

ഭാഗം 1

സാമൂഹിക സാമ്പത്തിക വ്യവസ്ഥകൾ

സ്വാതന്ത്ര്യമെന്നത് പൂർണ്ണവും സമൃദ്ധവുമായ ജീവിതാ-വകാശമാകുന്നു.

നമ്മുടെ പൂർവ്വികർ വാനരാവസ്ഥയിൽനിന്ന് മാനവ അവസ്ഥയിലെത്താൻ സഹസ്രാബ്ദങ്ങളെടുത്തു. ഭാരത ഉപഭൂഖണ്ഡത്തിൽ ആദിമ മനുഷ്യൻ ഇരുപതു ലക്ഷം വർഷങ്ങൾക്കുമുൻപും ആധുനിക മനുഷ്യന്റെ തുടക്കം കുറിച്ചിട്ട് ഏതാണ്ട് എഴുപത്തയ്യായിരം വർഷങ്ങളായെന്നും കണക്കാക്കപ്പെടുന്നു. ലോകത്തിലെ സുദീർഘമായ മാനവ ചരിത്രത്തിൽ അഞ്ചു തരത്തിലുള്ള സാമൂഹിക സാമ്പത്തികരീതികൾ കാണാനാകും.

1.1 ആദിമ സമാജം (Primitive Communism)

ആദിമകാലത്ത് അദ്ധ്വാനം ഒരു സാമൂഹ്യവൃത്തി ആയിരുന്നു. ജനങ്ങൾ കുടുംബങ്ങളായും ഗോത്രങ്ങളായും പാർത്തിരുന്നു. അവർ ആഹാരത്തിനായി ഒന്നിച്ച് വേട്ടയാടിയിരുന്നു. വീടുണ്ടാക്കുന്നതും പുടവകൾ നെയ്യുന്നതും ഉപകരണങ്ങൾ ഉണ്ടാക്കുന്നതും ഒന്നിച്ചായിരുന്നു. പ്രളയം, കാട്ടുതീ, ഭൂകമ്പം, ക്ഷാമം തുടങ്ങിയ പ്രകൃതി ദുരന്തത്തെ അതിജീവിച്ചതും കൂട്ടായ പ്രവൃത്തിയിലൂടായിരുന്നു. പുലി, പുള്ളിപ്പുലി, സിംഹം, ആന തുടങ്ങിയ വന്യമൃഗങ്ങളെ നേരിടാൻ ഒറ്റക്കെട്ടായി നിന്നാൽ മാത്രമേ സാദ്ധ്യമാകൂ എന്നത് അനുഭവത്തിൽക്കൂടി ബോദ്ധ്യമായിരുന്നു. ആ ദിനങ്ങളിൽ ആഹാരം, വസ്ത്രം, കിടപ്പാടം തുടങ്ങിയ ജീവിതാവശ്യങ്ങൾ നിർവ്വഹിക്കാനുള്ള വ്യവസ്ഥകൾ പരിമിതമായിരുന്നു. ജനങ്ങൾ അവരുടെ ശക്തിക്കനുസരിച്ച് അദ്ധ്വാനിച്ചിരുന്നു. അവർ അത്യാവശ്യ സാമഗ്രികൾ നിർമ്മിക്കുന്നതിനും സ്വായത്തമാക്കുന്നതിനും കഠിനമായി

പ്രയത്നിച്ചിരുന്നു. തങ്ങളുടെ പ്രയത്നഫലം അവശ്യാനുസരണം ഏവരും വീതിച്ചെടുത്തിരുന്നു. മനുഷ്യൻ മറ്റൊരു മനുഷ്യനെ ചൂഷണം ചെയ്യുന്നതിനെപ്പറ്റി അവരാരും ചിന്തിക്കാൻപോലും സാദ്ധ്യതയില്ലായിരുന്നു. സമ്പൂർണ്ണ സമത്വ അന്തരീക്ഷം നിലനിന്നിരുന്നു.

1.2 അടിമ സമൂഹം

ഉല്പാദന ഉപകരണങ്ങളുടെ മികവ്, പ്രവർത്തനശീലം, അറിവ് എന്നിവയുടെ വർദ്ധനകൊണ്ട് ഉല്പാദനശക്തി പെരുകി. അതിനാൽ ഉല്പാദനം കൂടി. സ്വന്തം ആവശ്യത്തിലധികം ഉല്പാദിപ്പിക്കാൻ തുടങ്ങി. ഓരോരുത്തരും സ്വന്തം ആവശ്യത്തിനും മിച്ചം വയ്ക്കാനുമായി കൂടുതൽ ഉല്പാദിപ്പിച്ചു. ഉദാഹരണത്തിന് ഒരാൾ ഒരുദിവസം 12 ജോടി ചെരുപ്പ് ഉണ്ടാക്കുന്നു എന്നു വയ്ക്കുക. സ്വന്തം ആവശ്യത്തിനായി 8 ജോടി മതിയാകും. അതിനാൽ 4 ജോടി ചെരുപ്പിന്റെ വരുമാനം മിച്ചമാകുന്നു. ഈ മിച്ചം ചില വ്യക്തികളുടെ കൈകളിലായി. അങ്ങനെ ചൂഷിതരും ചൂഷകരുമുണ്ടായി. ചൂഷകർ ചൂഷിതരെ അടിമകളായി കാണാൻ തുടങ്ങി. കാലികളെപ്പോലെ ചൂഷിതർ ചന്തകളിൽ വില്ക്കപ്പെട്ടു. ഈ അടിമ കാലഘട്ടത്തിൽ അദ്ധ്വാനശേഷിയും വ്യാപാരവും നാവികതയും വേഗത്തിൽ വികസിച്ചു. നഗരങ്ങൾ ഉണ്ടായി. പുരാതന റോമാനഗരം അതിവേഗം വളർന്നു. ഇങ്ങനെ ബഹുഭൂരിപക്ഷം വരുന്ന ചൂഷിതരും ന്യൂനപക്ഷമായ ചൂഷകരും ചേർന്ന അടിമവ്യവസ്ഥിതി നിലവിൽ വന്നു.

1.3 ഭൂപ്രഭുത്വ സമൂഹം (ഫ്യൂഡൽ സമൂഹം)

കാലക്രമത്തിൽ ചൂഷിതർക്ക് പരിശ്രമത്തിൽ താല്പര്യം കുറഞ്ഞു. അവർ പതുക്കെ പതുക്കെ ചൂഷകർക്കെതിരായി. ചൂഷിതരെ തൻപാട്ടിലാക്കാൻ നിയമങ്ങൾ നിർമ്മിക്കപ്പെട്ടു. അതോടൊപ്പം സൈന്യത്തിനേയും ഉപയോഗിച്ചു. അങ്ങനെ വർഗ്ഗങ്ങളും വർഗ്ഗസംഘർഷങ്ങളും ഉണ്ടായി. ബലപ്രയോഗത്തിനുപകരം ബുദ്ധിയും പ്രതിഭയും വ്യക്തിസാമർത്ഥ്യവും ഉപയോഗിച്ച് ഉല്പാദനം വർദ്ധിപ്പിക്കാനാകും എന്നവർ മനസ്സിലാക്കി. ക്രമേണ ബലപ്രയോഗത്തിലൂടെയുള്ള അടിമത്ത വ്യവസ്ഥിതി ഇല്ലാതാകുകയും രാജ വ്യവസ്ഥിതി നിലവിൽവരുകയും ചെയ്തു.

ഈ വ്യവസ്ഥിതിയിൽ സാമന്തരാജാക്കന്മാർ ഭരണാധികാരികളായി. ആ രാജാക്കന്മാർ വലിയ ഭൂവിഭാഗത്തിന്റെയും കൊട്ടാരങ്ങളുടെയും ഉടമകളായി. സമൂഹത്തിൽ ഉല്പാദനശക്തി വളർന്നുകൊണ്ടേയിരുന്നു. പുത്തൻ സാമഗ്രികളും യന്ത്രങ്ങളും കണ്ടുപിടിച്ചു. ഇതിന്റെയെല്ലാം ഫലമായി ഉല്പാദനക്ഷമത വർദ്ധിച്ചു, വാണിജ്യം വർദ്ധിച്ചു, അന്താരാഷ്ട്ര വിപണി സംജാതമായി. സാമഗ്രികളുടെ ആവശ്യം കൂടി. വലിയ തൊഴിലിടങ്ങൾ ആവശ്യമായി. ക്രമേണ കൈപ്പണിക്കാർ തൊഴിലാളികളായി, തൊഴിലിടങ്ങൾ ഫാക്ടറികളായി.

സാമന്തരാജാക്കന്മാർ കൂടുതൽ ഭൂഭാഗങ്ങൾ കണ്ടെടുത്ത് സ്വയം അധിപന്മാരായി. സമീപരാജ്യങ്ങളെ ആക്രമിച്ചു കീഴ്പ്പെടുത്തി അധികാരം ഉറപ്പിച്ചു. രാജകീയ അധികാരത്തോടൊപ്പം വാണിജ്യവും വികസിച്ചു.

ഈ വ്യവസ്ഥിതിയിൽ കർഷകർ പൂർണ്ണമായി രാജാവിന്റെ ഉടമസ്ഥതയിലായി. അവർ കൂടുതലായി രാജാവിനുവേണ്ടി പ്രയത്നിച്ചു, ബാക്കിസമയം തനിക്കുവേണ്ടിയും. കർഷകർ അടിമകളേക്കാൾ കൂടുതൽ സ്വതന്ത്രരായിരുന്നു. കന്നുകാലികളും സാമഗ്രികളും അവരുടെ സ്വന്തമായിരുന്നു. അവർ അവരുടെ ഉപകരണങ്ങൾ കൂടുതൽ പരിഷ്കരിച്ചു. അവർ എങ്ങനെ ഉല്പാദനം വർദ്ധിപ്പിക്കണമെന്ന് സ്വയം മനസ്സിലാക്കി. എന്നാൽ അവരുടെ ആദായത്തിന്റെ വലിയ പങ്കും ജന്മിക്കും രാജാവിനും അമ്പലങ്ങൾക്കും മഠങ്ങൾക്കുമായി പങ്കുവെക്കപ്പെട്ടു.

തൊഴിൽശാലയുടെ വർദ്ധന ഉല്പാദനം കൂട്ടി. കർഷകർ പുതിയ സാമഗ്രികളുടെ പ്രയോഗത്താൽ കൃഷി ഉല്പാദനം വർദ്ധിപ്പിച്ചു. എന്നാൽ മേല്പറഞ്ഞ പ്രകാരം ആദായത്തിന്റെ വലിയ പങ്കും രാജാവിനും ജന്മിക്കും മഠങ്ങൾക്കുമായി വീതിക്കപ്പെട്ടു. രാജഭരണത്തിൽ ജനത്തിനു ആദായം കുറയുകയും അവശ്യസാധനങ്ങൾ വാങ്ങാനുള്ള ശക്തി കുറയുകയും ചെയ്തു. അതിന്റെ കാരണത്താൽ വാണിജ്യം വളർന്നില്ല. ഇത് വികസനം മുരടിപ്പിച്ചു.

ഈ പരിതസ്ഥിതിയിൽ മുതലാളിത്തം വിപ്ലവവർഗ്ഗമായി രംഗത്തെത്തി. മുതലാളിത്ത വ്യവസ്ഥ ക്രമേണ രാജ-പ്രഭു-സെമീന്ദാരി വ്യവസ്ഥകളെ ദുർബ്ബലമാക്കി മുന്നേറി.

1.4 മുതലാളിത്ത സമൂഹം

ലോകത്തിലെ എല്ലാ വർഗ്ഗ, വർണ്ണ, മത, ജാതി ജനങ്ങൾക്കും ഏതു പ്രദേശത്ത് വസിക്കുന്നവരായാലും അവർക്കെല്ലാം ജീവസന്ധാരണത്തിനായി ആഹാരം, വസ്ത്രം, കിടപ്പാടം, വാഹനം, റേഡിയോ, മരുന്ന്, വിദ്യാഭ്യാസശാലകൾ, ഗതാഗതം തുടങ്ങിയവ ഉല്പാദിപ്പിച്ച് വിതരണം ചെയ്യേണ്ടിയിരിക്കുന്നു. ഈ വസ്തുവകകൾ ഉല്പാദിപ്പിച്ച് വിതരണം ചെയ്യാൻ രണ്ടു കാര്യങ്ങൾ അത്യന്താപേക്ഷിതമാണ്. ഒന്നാമത്തേത് ഉല്പാദന സാമഗ്രികൾ, രണ്ടാമത്തേത് തൊഴിലാളികൾ. ഉല്പാദന സാമഗ്രികൾ: ഭൂമി, ഖനികൾ, അസംസ്കൃതവസ്തുക്കൾ, തൊഴിൽശാലകൾ തുടങ്ങിയവ. ഇതിനോടൊപ്പം തൊഴിലാളികളുടെ കായികാദ്ധ്വാനവും ബുദ്ധികുശലതയും സമന്വയിപ്പിച്ച് അവശ്യസാമഗ്രികൾ ഉണ്ടാക്കേണ്ടതുണ്ട്.

നിർമ്മിച്ചെടുത്ത സാമഗ്രികൾ കൈവശമുള്ള മുതലാളികൾ ന്യൂനപക്ഷവും തൊഴിലാളികൾ ബഹുഭൂരിപക്ഷവുമാണ്. അത്തരം സമൂഹത്തെ മുതലാളിത്ത സമൂഹമെന്ന് പറയപ്പെടുന്നു. അമേരിക്ക, ബ്രിട്ടൺ, ഫ്രാൻസ്, ജപ്പാൻ, ജർമ്മനി തുടങ്ങിയ രാജ്യങ്ങൾ ഉദാഹരണമാണ്.

മുതലാളിത്തം ഒരു സാമ്പത്തിക വ്യവസ്ഥിതിയാണ്. ഈ വ്യവസ്ഥിതിയോടൊപ്പം ജനാധിപത്യമെന്ന രാഷ്ട്രീയ വ്യവസ്ഥിതിയും നിലവിൽവന്നു. ഈ രാഷ്ട്രീയ വ്യവസ്ഥിതിയിൽ കുടുംബപരമായ അധികാരകൈമാറ്റത്തിനറുതി വന്നു. തിരഞ്ഞെടുപ്പിലൂടെ ജനങ്ങൾ ഇഷ്ടപ്പെടുന്നവരെ പ്രതിനിധികളാക്കി. ഒരു നിശ്ചിത കാലത്തേക്കു തിരഞ്ഞെടുക്കപ്പെട്ട ഈ പ്രതിനിധികൾ സർക്കാരുണ്ടാക്കി നിയമനിർമ്മാണം നടത്തുന്നു. ഈ രീതിയിൽ ജനങ്ങൾ പ്രതിനിധികളിലൂടെ അധികാരം കൈവരിക്കുന്നു.

ജനാധിപത്യവ്യവസ്ഥിതിയിൽ ജനങ്ങൾക്ക് ചില അവകാശങ്ങളും കർത്തവ്യങ്ങളും സ്വായത്തമായി. അഭിപ്രായസ്വാതന്ത്ര്യം, വ്യക്തിസ്വാതന്ത്ര്യം, സമാധാനപരമായി ഒത്തുചേരാനുള്ള സ്വാതന്ത്ര്യം, സംഘടനകൾ ഉണ്ടാക്കാനും ഇഷ്ടപ്പെട്ട തൊഴിൽ ചെയ്യാനും പാർക്കാനും സഞ്ചരിക്കാനുമുള്ള സ്വാതന്ത്ര്യം, മതസ്വാതന്ത്ര്യം തുടങ്ങിയവയാണ് ജനാധിപത്യത്തിന്റെ മുഖമുദ്രകൾ.

ജനങ്ങൾക്കാവശ്യമായ നിയമങ്ങൾ നിർമ്മിക്കാൻ സാമാജികർ, നിയമങ്ങൾ നടപ്പാക്കാൻ ഭരണകർത്താക്കൾ, നിയമങ്ങൾ വ്യാഖ്യാനിക്കുന്നതിനും വൈകല്യമുള്ളവ നിരാകരിക്കാനും നിയമത്തെ ധിക്കരിക്കുന്നവരെ ശിക്ഷിക്കാനും നിയമപാലനം എന്നിങ്ങനെ സ്വതന്ത്രമായ വ്യവസ്ഥകളാണുള്ളത്.

മുതലാളിത്ത സാമ്പത്തികവ്യവസ്ഥിതിയിൽ ന്യൂനപക്ഷമായ മുതലാളികളും ബഹുഭൂരിപക്ഷംവരുന്ന തൊഴിലാളികളും നിരന്തരമായി സംഘർഷത്തിലായിരിക്കും. ഈ വർഗ്ഗസംഘർഷത്തിൽ മുതലാളികൾ അവരുടെ സ്ഥാനം നിലനിർത്താനും കൂടുതൽ ലാഭം നേടാനും ലക്ഷ്യമിടുന്നു. മറുവശത്ത് തൊഴിലാളികൾക്കാണെങ്കിലോ ജീവിത സൗകര്യങ്ങൾ മെച്ചപ്പെടുത്താൻ കൂടുതൽ കൂലിയും വേതനവും കൂടിയേതീരൂ. ഈ കിടമത്സരത്തിൽ ഒരുകൂട്ടരുടെ നേട്ടം മറ്റേകൂട്ടരുടെ കോട്ടത്തിലൂടെയാണ് സാദ്ധ്യമാകുക. 'ഒന്നുചീഞ്ഞാൽ മറ്റേതിനുവളം' എന്ന ചൊല്ലുപോലെ മുതലാളിത്ത സമൂഹത്തിൽ ഒരു വർഗ്ഗത്തിന്റെമേന്മ മറ്റേവർഗ്ഗത്തിനു പ്രഹരമാകുന്നു.

മുതലാളികൾ ചൂഷകരാണ്; തൊഴിലാളികൾ ചൂഷിതരും. ഇവരുടെയിടയിൽ അനസ്യൂതം നടക്കുന്ന കലഹമാണ് വർഗ്ഗസമരം. ഈ കലഹം ജീവിതത്തിന്റെ മൂന്നു മുഖ്യ മേഖലകളായ സാമ്പത്തിക രാഷ്ട്രീയ താത്ത്വികതലങ്ങളിൽ നടന്നുവരുന്നു. ചൂഷകർ ചൂഷിതരെ ക്ഷീണിപ്പിക്കാൻ ശ്രമിക്കുമ്പോൾ ചൂഷകരെ പടിയിറക്കാൻ ചൂഷിതരും സദാ പ്രയത്നിച്ചു കൊണ്ടേയിരിക്കുന്നു.

1.5 സോഷ്യലിസ്റ്റ് സമൂഹം

പത്തൊൻപതാം നൂറ്റാണ്ടിന്റെ മദ്ധ്യത്തോടുകൂടി അദ്ധ്വാനിക്കുന്ന വർഗ്ഗം അതിന്റെ ബലിഷ്ഠമായ കാലിൽ നിലയുറപ്പിച്ച് ശക്തമായി പരിശ്രമിച്ചാൽ സോഷ്യലിസ്റ്റ് സമൂഹം പടുത്തുയർത്താൻ സാധിക്കു

മെന്ന വിശ്വാസം ബലപ്പെട്ടു.

സോഷ്യലിസ്റ്റ് സമൂഹത്തിൽ ഉല്പാദനസാമഗ്രികളായ ഭൂമി, ഖനികൾ, അസംസ്കൃതപദാർത്ഥങ്ങൾ, യന്ത്രങ്ങൾ, തൊഴിൽശാലകൾ, ബാങ്കുകൾ തുടങ്ങിയവ സർക്കാരിന്റെ കൈവശമാണ്. സ്വന്തലാഭത്തിനുപകരം ഏവരുടേയും സുഖത്തിനായി എല്ലാവരും സാമൂഹ്യാദ്ധ്വാനം ചെയ്യുന്നതാണ് സോഷ്യലിസത്തിന്റെ മുഖ്യലക്ഷണം. മനുഷ്യന്റെമേൽ മനുഷ്യന്റെ അധികാരം കുറഞ്ഞ് പ്രകൃതിയിലുള്ള മനുഷ്യന്റെ അധികാരം കൂടുന്നു. അർഹരായവർക്കെല്ലാം അനുയോജ്യമായ തൊഴിൽ, ഭക്ഷണം, വസ്ത്രം, കിടപ്പാടം, ആരോഗ്യസംരക്ഷണം, വിദ്യാഭ്യാസം തുടങ്ങിയവ ലഭ്യമാകുന്ന ഉറപ്പിൽ അനാഥരും അശരണരുമാകുമെന്ന ഭീതി ഒഴിയും. സർവ്വരുടേയും ക്ഷേമത്തിനായി സർവ്വരും യത്നിക്കുന്ന ജനകീയത കൈവരും.

ഈ വ്യവസ്ഥിതിയിൽ വ്യക്തികൾക്കിടയിൽ മേൽ-കീഴ് വേർതിരിവില്ല. ഓരോരുത്തരും തങ്ങളുടെ വ്യക്തിപരമായ ആവശ്യങ്ങൾക്കുള്ള എല്ലാ വീട്ടുസാമഗ്രികളും - അതായത് കിടപ്പാടം, വാഹനം, വീട്ടുപകരണങ്ങൾ, ടെലിവിഷൻ, വസ്ത്രം മുതലായതെല്ലാം - ഓരോരുത്തർക്കും സ്വായത്തമാക്കാവുന്നതാണ്. ഈ സാമൂഹ്യ വ്യവസ്ഥിതിയിൽ മുതലാളി വർഗ്ഗമില്ല. അന്യന്റെ അദ്ധ്വാനത്തിൽ ഉപജീവനം അസാദ്ധ്യം എന്ന അവസ്ഥ സംജാതമാകും.

സോഷ്യലിസ്റ്റ് സമൂഹത്തിൽ ഏവർക്കും തുല്യമായ അവസരങ്ങളാണുള്ളത്. ഏവർക്കും അവശ്യവിദ്യാഭ്യാസവും പരിശീലനവും സ്വായത്തമാക്കി മെച്ചപ്പെട്ട ജീവിതനിലവാരത്തിലെത്താൻ അനുയോജ്യമായ അവസരങ്ങളും സാദ്ധ്യതകളും സൗജന്യമായി ലഭ്യമാണ്. എന്നാൽ സോഷ്യലിസ്റ്റ് സമൂഹത്തിൽ തുല്യവേതനമല്ല ഉള്ളത്. കൈത്തൊഴിലാളിയെക്കാൾ യന്ത്രത്തൊഴിലാളിക്കും സാധാരണ ഗായകനെക്കാൾ സംഗീതജ്ഞനും കുറച്ചു കല്ക്കരി കുഴിച്ചെടുക്കുന്നവനെക്കാൾ കൂടുതൽ കുഴിച്ചെടുക്കുന്നവനും ഏക്കറിൽ 20 ക്വിന്റൽ ഉല്പാദിപ്പിക്കുന്നവനെക്കാൾ 30 ക്വിന്റൽ ഉല്പാദിപ്പിക്കുന്നവനും കൂടുതൽ വരുമാനം കിട്ടുന്നു. ഭരണാധിപൻ, എഞ്ചിനീയർ, എഴുത്തുകാരൻ, കലാകാരൻ, അദ്ധ്യാപകൻ, ഡോക്ടർ എന്നിവർക്ക് കൂടുതൽ വേതനം കിട്ടുന്നു. ("കഴിവിനൊത്ത അദ്ധ്വാനം, അദ്ധ്വാനത്തിനൊത്ത പ്രതിഫലം")ഈ വ്യവസ്ഥിതിയിൽ വേതനത്തിൽ വ്യത്യാസമുണ്ടെങ്കിലും അവസരസമത്വം ഉണ്ടായിരിക്കും.

സോഷ്യലിസ്റ്റ് സമൂഹത്തിൽ സ്വാതന്ത്ര്യമെന്ന വാക്ക് കേവലമൊരു പദമല്ല, മറിച്ച് അതിന്റെ അർത്ഥം അനുഭവിക്കുകയാണ് മുഖ്യം. സ്വാതന്ത്ര്യമെന്നത് പൂർണ്ണവും സമൃദ്ധവുമായ ജീവിതാവകാശമാകുന്നു. അതായത് നിത്യജീവിതത്തിനാവശ്യമായ ഭക്ഷണം, വസ്ത്രം, ഭവനം, ആരോഗ്യം, വിദ്യാഭ്യാസം, തൊഴിൽ തുടങ്ങിയവ സ്വായത്തമാക്കാനുള്ള സാമ്പത്തികശേഷിയും അവസരവും ആകുന്നു. ഏവർക്കും സാംസ്കാരിക ബൗദ്ധിക ഭൗതിക അഭിവൃദ്ധി എന്നതാണ് ശരിയായ സ്വാതന്ത്ര്യം.

ഭാഗം 2

ഭരണഘടനയുടെ ആവിർഭാവം

ഫ്രഞ്ച് വിപ്ലവം ലോകത്തിനു നല്കിയത് സ്വാതന്ത്ര്യം, സമത്വം, സാഹോദര്യം എന്നീ മഹാ സന്ദേശങ്ങളാണ്.

സമൂഹത്തിന്റെ നാളിതുവരെയുള്ള ചരിത്രം പരസ്പരം പോരടിക്കുന്നവരുടെ ഇടയിലെ വർഗ്ഗസമരമാണ്. ഈ വർഗ്ഗസമരം ഒരു വ്യവസ്ഥിതി മാറി മറ്റൊരു വ്യവസ്ഥിതി ഉണ്ടാകാൻ കാരണമാകുന്നു. അതായത് അടിമത്തരീതി ഭൂപ്രഭുത്വത്തിനു വഴിമാറി, ഭൂപ്രഭുത്വം മുതലാളിത്തത്തിനും. ലോകത്തൊരിടത്ത് മുതലാളിത്തം വാഴുമ്പോൾ മറ്റൊരിടത്ത് സോഷ്യലിസ്റ്റ് വ്യവസ്ഥിതി പുലരുന്നു. ഇന്ന് ലോകത്ത് ഭൂരിപക്ഷം ദേശങ്ങളിലും മുതലാളിത്തമാണെങ്കിൽ ചില ദേശങ്ങളിൽ സോഷ്യലിസ്റ്റ് വ്യവസ്ഥിതി നിലനില്ക്കുന്നു. ഉദാഹരണമാണ് ചൈനയും ക്യൂബയും വിയറ്റ്നാമും.

ജനാധിപത്യം, സോഷ്യലിസം എന്നീ രാഷ്ട്രീയ വ്യവസ്ഥിതികളിൽ ജനങ്ങൾക്കിടയിലെ സാമ്പത്തിക സാമൂഹിക രാഷ്ട്രീയ ഇടപെടലുകൾ ഭരണാധികാരികൾ നിയന്ത്രിക്കുന്നു. അവർ അവരുടെ അധികാരം നിലനിർത്താൻ ചില ഭരണക്രമങ്ങളും നിയമങ്ങളും ആവശ്യമാണെന്നു മനസ്സിലാക്കി. ഏതു ഭരണമായാലും അധികാരം അനിയന്ത്രിതമായി കൈയാളാതിരിക്കാൻ നിയമം ആവശ്യമാണ്. ഈ നിയമങ്ങളുടെ മാതാവാണ് ഭരണഘടന. ഏതുദേശം സ്വതന്ത്രമായിരിക്കുന്നുവോ, എഴുതപ്പെട്ട ഭരണഘടനപ്രകാരം ഭരണം നടക്കുന്നുവോ ആ ദേശമാണ് ഗണതന്ത്ര രാജ്യം അഥവാ റിപ്പബ്ലിക്ക്.

എല്ലാ സ്വതന്ത്ര ദേശങ്ങളും റിപ്പബ്ലിക്കല്ല, എന്നാൽ എല്ലാ റിപ്പബ്ലിക്കുകളും സ്വതന്ത്ര ദേശങ്ങളാണ്.

2.1 ഇംഗ്ലണ്ടിലെ മാഗ്നാകാർട്ടാ

പതിമൂന്നാം നൂറ്റാണ്ടിന്റെ തുടക്കത്തിൽ ഇംഗ്ലണ്ടിലെ ജോൺ രാജാവിനും പ്രഭുക്കൾക്കുമിടയിൽ നടന്ന സംഘർഷത്തിന്റെ ഫലമായി ലോകത്തിലെ ഒന്നാമത്തേതെന്നുപറയപ്പെടുന്ന ഭരണഘടന മാഗ്നാകാർട്ട 1215 ൽ നിലവിൽ വന്നു. എക്കാലത്തെയും ശ്രേഷ്ഠ ഭരണഘടനയുടെ ഉദാഹരണമായി രാജാവിന്റെ നിരങ്കുശമായ സ്വേച്ഛാധിപത്യത്തിനെതിരെയുള്ള വ്യക്തിസ്വാതന്ത്ര്യത്തിന്റെ അടിത്തറയാണിതെന്നാണ് നിയമവ്യവസ്ഥയുടെ പിതാവെന്നറിയപ്പെടുന്ന ജസ്റ്റിസ് ലോർഡ് ഡെന്നിങ് ഇതിനെ വിശേഷിപ്പിച്ചത്.

'The greatest constitutional document of all times.... The foundation of the freedom of the individual against the arbitrary authority of despot.'

മാഗ്നാകാർട്ടയുടെ മുഖ്യ അംശങ്ങൾ:

1. ജോൺ രാജാവിന്റെ അധികാരത്തിന് കടിഞ്ഞാണിട്ടു.
2. നിയമവാഴ്ച ബലിഷ്ഠമാക്കി.
3. അടിമകളല്ലാത്തവരെ ശിക്ഷിക്കണമെങ്കിലോ അവരിൽനിന്ന് പിഴ വസൂലാക്കണമെങ്കിലോ നിയമവ്യവഹാരത്തിലൂടെയേ സാദ്ധ്യമാകൂ എന്നത് നിർബ്ബന്ധമാക്കി.
4. പ്രഭുക്കൾക്ക് ചില രാഷ്ട്രീയ അവകാശങ്ങൾ നിലവിൽ വന്നു.
5. ജനങ്ങളുടെ നിയമാവകാശം വില്ക്കാനോ താമസിപ്പിക്കാനോ നിരാകരിക്കാനോ സാദ്ധ്യമല്ല എന്നത് വിളംബരം ചെയ്യപ്പെട്ടു.

2.2 അമേരിക്കൻ ഭരണഘടന

1776 ൽ നടന്ന അമേരിക്കയിലെ മഹാവിപ്ലവത്തിന്റെ പ്രഘോഷണമാണ് 'എല്ലാ മനുഷ്യരും തുല്യരായിട്ടാണ് സൃഷ്ടിക്കപ്പെട്ടത്.' (All men are created equal)എന്നത്.

ഈ വിപ്ലവത്തിനുശേഷം അമേരിക്കയിലെ എല്ലാ (പ്രാദേശിക) രാജ്യങ്ങളും അവരവരുടെ ഭരണഘടന ഉണ്ടാക്കി. അനന്തരം അമേരിക്കയിലെ സംയുക്ത രാജ്യങ്ങളുടെ ഭരണഘടനയുടെ നിർമ്മിതി നടത്തി.

ഈ ഭരണഘടനയുടെ മുഖ്യ അംശങ്ങൾ:

1. അമേരിക്കൻ ദേശത്തിന്റെ കോളനി പദവി അവസാനിപ്പിച്ചു..
2. ജനാധിപത്യമെന്ന രാഷ്ട്രീയ വ്യവസ്ഥിതി സ്ഥാപിച്ചു.
3. നിയമനിർമ്മാണം, ഭരണം, നിയമവ്യവഹാരം എന്നീ വേറിട്ടതും സ്വതന്ത്രവുമായ അധികാരസംവിധാനങ്ങൾ നിലവിൽ വന്നു.
4. അഭിപ്രായ സ്വാതന്ത്ര്യം, മതസ്വാതന്ത്ര്യം, തൊഴിൽസ്വാതന്ത്ര്യം, വാസസ്വാതന്ത്ര്യം, സഞ്ചാരസ്വാതന്ത്ര്യം എന്നിവയുടെ പ്രഖ്യാപനം വന്നു.

എന്നാൽ ഇവിടെ ശ്രദ്ധിക്കേണ്ട ഒരു കാര്യം ഭരണഘടനയ്ക്കപ്പുറം അടിമസമ്പ്രദായം, വർണ്ണവിവേചനം, ലിംഗവിവേചനം തുടങ്ങിയ അസമത്വങ്ങൾ തുടർന്നുകൊണ്ടേയിരുന്നു.

2.3 ഫ്രഞ്ച് ഭരണഘടന

ഫ്രഞ്ച് വിപ്ലവം 1789 ൽ തുടങ്ങി 1799 ൽ പര്യവസാനിച്ചു. ഈ വിപ്ലവം ലോകത്തിനു നല്കിയത് സ്വാതന്ത്ര്യം, സമത്വം, സാഹോദര്യം (Liberty, Equality, Freternity) എന്നീ മഹാസന്ദേശങ്ങളാണ്. ഈ വിപ്ലവത്തിന്റെ പരിണത ഫലങ്ങൾ:

1. രാജ - സാമന്ത ഭരണം ഇല്ലാതായി.
2. തെരഞ്ഞെടുത്ത സർക്കാർ അധികാരത്തിൽ വന്നു.
3. സാമന്തക്കാർക്കും പള്ളികൾക്കും കൊടുക്കേണ്ട കടം എഴുതിത്തള്ളി.
4. രാജകുടുംബങ്ങളുടേയും പള്ളികളുടേയും വസ്തുക്കൾ ദേശവല്ക്കരിച്ചു.
5. സ്വകാര്യ കരം പിരിക്കൽ നിർത്തലാക്കി.
6. പൊതുജനത്തിന്റെ രാഷ്ട്രീയ അവകാശങ്ങൾ വർദ്ധിച്ചു.

2.4 സോവ്യറ്റ് ഭരണഘടന

1917 ലെ റഷ്യൻ വിപ്ലവമാണ് ലോകം നേടിയ മഹാവിപ്ലവം –"കഴിവിനൊത്ത അദ്ധ്വാനം ആവശ്യത്തിന് പ്രതിഫലം."

(From each according to his ability, to each according to his needs)

റഷ്യയിലെ ഈ വിപ്ലവം ലോകവീക്ഷണത്തെത്തന്നെ മാറ്റിമറിച്ചു. അതിന്റെ പരിണത ഫലങ്ങൾ:

1. സാർ ചക്രവർത്തിയുടെ ഭരണത്തിനന്ത്യം കുറിച്ച് ലോകത്തിലാദ്യമായി തൊഴിലാളി വർഗ്ഗ നേതൃത്വത്തിൽ സോഷ്യലിസ്റ്റ് സർക്കാർ അധികാരത്തിൽ വന്നു. സോഷ്യലിസ്റ്റ് ഭരണ സംവിധാനം നിലവിൽ വന്നു.
2. രാഷ്ട്രമെന്നാൽ രാജ്യാതിർത്തി സംരക്ഷണം, വിപുലീകരണം, രാജ്യത്തിനകത്തെ അക്രമനിയന്ത്രണം എന്ന വിവക്ഷയ്ക്കു ബദലായി ഭക്ഷണം, ആരോഗ്യം, വിദ്യാഭ്യാസം, പാർപ്പിടം, തൊഴിൽ, തുടങ്ങിയ ജനങ്ങളുടെ അനുപേക്ഷണീയ ആവശ്യങ്ങൾ നിറവേറ്റുന്നത് സർക്കാരിന്റെ കർത്തവ്യമാണെന്ന ക്ഷേമരാജ്യസങ്കല്പം യാഥാർത്ഥ്യമായി.
3. പൂർണ്ണ ജനാധിപത്യത്തിൽ രാഷ്ട്രീയ അവകാശങ്ങൾക്കപ്പുറം സാമ്പത്തിക സാമൂഹിക സാംസ്കാരിക അവകാശങ്ങൾകൂടി ജനങ്ങൾക്കുണ്ടെന്ന അവബോധം ഉണ്ടായി.

ഇന്ത്യൻ ഭരണഘടനയ്ക്ക് പ്രചോദനമായി ഭവിച്ചത് ബ്രിട്ടൻ, അമേ

രിക്ക, ഫ്രാൻസ്, അയർലൻഡ്, കാനഡ, സോവിയറ്റ് റഷ്യ എന്നീ രാജ്യങ്ങളിലെ ഭരണഘടനകളാണ്. പഞ്ചവത്സര പദ്ധതി സോവിയറ്റ് റഷ്യയിൽനിന്നും, സാമൂഹ്യ സാമ്പത്തിക അവകാശങ്ങൾ അയർലൻഡിൽനിന്നും 'വീ ദി പീപ്പിൾ' അമേരിക്കയിൽനിന്നും സ്വാതന്ത്ര്യം, സമത്വം, സാഹോദര്യം ഫ്രാൻസിൽ നിന്നുമാണ് വന്നു ചേർന്നത്.

4. ഭൂമി, ജലം, ധാതുഖനികൾ തുടങ്ങിയ പ്രകൃതി വിഭവങ്ങൾ സമൂഹത്തിന്റെ സ്വന്തമായി, എല്ലാവർക്കും ഇതിൽ അവകാശം ഉണ്ടായി.
5. വർഗ്ഗ വർണ്ണ ലിംഗ വിവേചനങ്ങളില്ലാതായി സമത്വം വിടർന്നു.
6. മതമെന്നത് ഒരാളുടെ തികച്ചും വ്യക്തിപരമായ അവകാശമായി വ്യക്തതവരുത്തി രാഷ്ട്രീയ ഇടങ്ങളിൽനിന്ന് വേർപ്പെടുത്തി. ചുരുക്കിപ്പറഞ്ഞാൽ മതനിരപേക്ഷത/ജാത്യാതീതത നിലവിലായി.
7. ആഹാരം, വസ്ത്രം, വിദ്യാഭ്യാസം, ആരോഗ്യം, പാർപ്പിടം, തൊഴിൽ തുടങ്ങിയവ മൗലിക (fundamental) അവകാശങ്ങളായി.
8. തൊഴിലും ഭക്ഷണവും അടിസ്ഥാനാവശ്യങ്ങളായി പ്രഖ്യാപിക്കപ്പെട്ടു.
9. ജനങ്ങളുടെ അഭിവൃദ്ധിക്കായി പഞ്ചവത്സര പദ്ധതികൾ തുടങ്ങി.
10. ലോകത്തെവിടെയുമുയരുന്ന സ്വാതന്ത്ര്യത്തിനും വിമോചനത്തിനും വേണ്ടിയുള്ള സമരങ്ങൾക്ക് തുണയായി പ്രവർത്തിക്കുമെന്ന പ്രഖ്യാപനം ഉണ്ടായി.

അമേരിക്ക, ഫ്രാൻസ്, റഷ്യ എന്നീ ദേശങ്ങളിലെ വിപ്ലവങ്ങൾ ലോകത്തിലെ പല ദേശങ്ങളിലും ചലനങ്ങളുണ്ടാക്കി. ഇരുപതാം നൂറ്റാണ്ടിന്റെ തുടക്കത്തിൽ വെറും വിരലിലെണ്ണാവുന്ന സ്വതന്ത്ര രാജ്യങ്ങളേ ഉണ്ടായിരുന്നുള്ളു. ക്രമേണ പല ദേശങ്ങളിലും സ്വാതന്ത്ര്യത്തിനായും വിമോചനത്തിനായും സമരങ്ങൾ ഉയർന്നു. ഇതിന്റെയെല്ലാം പരിണതഫലമായി ലോകത്തിൽ 195 സ്വതന്ത്ര രാജ്യങ്ങൾ നിലവിൽ വന്നു. അതിൽ 176 രാജ്യങ്ങൾ അവരവരുടേതായ ഭരണഘടനകൾ ഉണ്ടാക്കി. ചില രാജ്യങ്ങൾ മറ്റു രാജ്യങ്ങളിലെ ഭരണഘടന സ്വീകരിച്ചു. അങ്ങനെ ലോകമെമ്പാടുമുള്ള അനേകം രാജ്യങ്ങൾ ഭരണഘടനയുടെ ചട്ടക്കൂട്ടിലുമായി.

ഭാഗം 3

ഭാരതദേശം

ഇന്ത്യയെ അറിയാതെ ഇന്ത്യൻ ഭരണഘടനയെ അറിയാനാകില്ല. നമ്മളെല്ലാം നമ്മുടെ പാഠശാലകളിൽ ഇന്ത്യയുടെ ഭൂമിശാസ്ത്രം പഠിച്ചിട്ടുണ്ട്. വടക്ക് ഹിമഗിരി, തെക്ക് ഇന്ത്യാമഹാസാഗരം, കിഴക്ക് ബംഗാൾ ഉൾക്കടൽ, പടിഞ്ഞാറ് അറേബ്യൻ കടൽ. ഇവയുടെയെല്ലാം ഉള്ളിൽ വിന്ധ്യാപർവ്വതങ്ങളും ജീവനാഡിയായ നദികളും. അതിനാൽ ഭാരതദേശമെന്നാൽ കേവലം ഇവിടത്തെ പർവ്വതങ്ങളോ പ്രാന്തങ്ങളോ സമുദ്ര തടാകങ്ങളോ നദികളോ വനങ്ങളോ മലയോരങ്ങളോ മൊട്ടക്കുന്നുകളോ മാത്രമല്ല. തെലുങ്കു മഹാകവി വെങ്കിട അപ്പാറാവു ഗുർജഡ (1862-1915) ഒരു ശതകത്തിനുമുൻപ് പറഞ്ഞു: "ദേശമൻടെ മട്ടിക്കദു, ദേശമൻടെ മനുഷലു.' (ദേശമെന്നാൽ കേവലം മണ്ണല്ല, ദേശമെന്നാൽ അവിടത്തെ മനുഷ്യർ). ഭാരതദേശത്തെ അറിയണമെങ്കിൽ അവിടത്തെ ജനങ്ങൾ, അതിന്റെ ചരിത്രം, സാമ്പത്തിക സാമൂഹിക രാഷ്ട്രീയ ബന്ധങ്ങൾ, മതാചാരങ്ങൾ, സംസ്കാരം, ഭാഷ, കൃഷി, ആഹാരരീതികൾ തുടങ്ങിയവയെപ്പറ്റി അറിയേണ്ടതുണ്ട്. അഗാധമായ അവഗാഹമില്ലെങ്കിലും ഇവയെക്കുറിച്ചെല്ലാം ഒരു ധാരണ അനുപേക്ഷണീയമാണ്.

3.1 ജനങ്ങൾ

ഏതാണ്ട് 75,000 വർഷങ്ങൾക്കു മുൻപാണ് നായാടികൾ ആഹാരം തേടി ഇന്ത്യയിൽ എത്തിയത്. തുടർന്ന് ഇന്ത്യയിലെ ഫലഭൂയിഷ്ഠമായ ഭൂമിയും ജീവനദികളും കണ്ടെത്തി പുറത്തുനിന്ന് കർഷകർ എത്തി. നാഗരികത വളർന്നുവികസിച്ചതോടെ പല രാജ്യങ്ങളിൽനിന്നും വ്യാപാരികൾ ഇന്ത്യയിലെത്തി. പതിനെട്ടാം നൂറ്റാണ്ടിന്റെ തുടക്കംവരെ ലോകത്തിലെ നിരവധി രാജ്യങ്ങൾ ഇന്ത്യയുമായി വാണിജ്യബന്ധം

പുലർത്തിയിരുന്നു. പ്രധാനമായും പലതരത്തിലുമുള്ള ജൗളികൾ, സിൽക്ക്, സുഗന്ധദ്രവ്യങ്ങൾ, പഞ്ചസാര, ഇൻഡിഗോ, വൃക്ഷഭാഗങ്ങൾ, ആഭരണങ്ങൾ, രത്നങ്ങൾ ഇത്യാദി ഇന്ത്യ കയറ്റുമതി ചെയ്തു പോന്നിരുന്നു.

ഇവിടത്തെ പ്രകൃതിസൗന്ദര്യം, കലകൾ, വാസ്തുശില്പം, വിജ്ഞാനം മുതലായവ കാണുന്നതിനായി വിദേശത്തുനിന്ന് സഞ്ചാരികൾ വന്നുകൊണ്ടിരുന്നു. അങ്ങനെവന്നവരിൽ പ്രമുഖരാണ് ചൈനയിലെ ഹുയാൻ സാങ് (Hieun Tsang), ഫാഹിയൻ (Fa-Hien), ഇത്സിങ് (Itsing), ഗ്രീസിലെ മെഗസ്തനീസ് (Megasthenes), പേർഷ്യയിലെ അൽബറൂണി (Al-beruni), മൊറോക്കയിലെ ഇബ്ന-ബടൂട (Ibna-batuta), ഇറ്റലിയിലെ മാർക്കൊപോളൊ (Marco Polo), റഷ്യയിലെ അഫനസി നിക്കിത്തിൻ (Afanasy Nikitin), പോർച്ചുഗലിലെ ഡൊമിൻഗോ പേയ്സ് (Domingo Paes) എന്നിവർ.

ലോകപ്രസിദ്ധ വിശ്വവിദ്യാലയങ്ങളായ നളന്ദ, തക്ഷശില, വിക്രമശില, പുഷ്പഗിരി മുതലായതിൽ കല, വൈദ്യം, വാനനിരീക്ഷണ ശാസ്ത്രം, കണക്ക്, രാഷ്ട്രമീമാംസ, യുദ്ധതന്ത്രപരിശീലനം, ആത്മീയത തുടങ്ങിയ വിഷയങ്ങൾ പഠിപ്പിച്ചിരുന്നു. ഇന്ത്യയിലെ ഈ വിശ്വവിദ്യാലയങ്ങളിൽ പഠിക്കാൻ ശ്രീലങ്ക, കൊറിയ, ജപ്പാൻ, ചൈന, ടിബറ്റ്, ഇൻഡോനേഷ്യ, പേർഷ്യ, ടർക്കി തുടങ്ങിയ ദേശങ്ങളിൽനിന്ന് ആയിരക്കണക്കിന് വിദ്യാർത്ഥികൾ വന്നിരുന്നു.

ഇന്ത്യയിലെ വിഭവസമ്പത്തിൽ ആകൃഷ്ടരായി അനേകവിദേശ രാജാക്കന്മാർ തങ്ങളുടെ രാജ്യാതിർത്തി വലുതാക്കാനായി ഇന്ത്യയിൽ വന്നു. അവരിൽ പ്രമുഖരാണ് ഗ്രീക്കുകാർ, അറബികൾ, ടർക്കികൾ, മുഗളർ, ഖിൽജികൾ, തുഗ്ലക്കുകൾ, ബഹമനർ, പോർച്ചുഗീസുകാർ, ഫ്രഞ്ചുകാർ, ഡച്ചുകാർ പിന്നെ ബ്രിട്ടീഷുകാരും.

ഈ രീതിയിൽ പല കാരണങ്ങളാലും പല കാലങ്ങളിലും പുറത്തുനിന്നു ഇന്ത്യയിൽവന്ന നിരവധി വിദേശികൾ തങ്ങളുടെ ദേശത്തേക്ക് മടങ്ങിപ്പോകാതെ ഇന്ത്യയിൽ വാസമാക്കി. ഇവിടെ അവരുടെ കുടുംബങ്ങൾ വളർന്നു. ഇന്ത്യയിലെ ആദി ദ്രാവിഡികളും വരുത്തരും തമ്മിൽ കലഹങ്ങളുണ്ടാകുക സ്വാഭാവികം. വിജയികൾ തോറ്റവരുടെ മേൽ ആധിപത്യം സ്ഥാപിച്ചു. വിജയികൾ പരാജിതരുടെ സ്ത്രീകളെ പരിണയിച്ചതുവഴി മിശ്ര സന്താനങ്ങൾ ഉണ്ടായി. ക്രമേണ മിശ്ര ജനവിഭാഗങ്ങൾ പ്രത്യേക ഗ്രൂപ്പുകളായി വളർന്നു. ഇന്ത്യൻ മാനവശാസ്ത്ര സർവ്വേ വകുപ്പ് ഇന്ത്യൻ സമൂഹത്തിന്റെ പഠനം നടത്തി 'ഭാരതത്തിലെ ജനങ്ങൾ' എന്ന ഒരു പുസ്തകശൃംഖല പ്രസിദ്ധീകരിച്ചു. ഇതിൽ ഭാരതീയ സമൂഹം, സംസ്കാരം, സമ്പ്രദായങ്ങൾ തുടങ്ങിയവ വിശദമായി വിവരിച്ചിട്ടുണ്ട്. അതിലെ മുഖ്യ അംശങ്ങൾ:

- ലോകത്തിൽ ഏറ്റവുമധികം വൈവിദ്ധ്യമുള്ള ദേശമാണ് ഇന്ത്യ. ഇവിടെ 4635 ജനവിഭാഗങ്ങളുണ്ട്. ഇവർക്കെല്ലാം തങ്ങളുടേതായ

പാരമ്പര്യമായി കൈവന്ന ഭാഷയും വസ്ത്രധാരണരീതിയും മതാചാരങ്ങളും ആഹാരാഭിരുചികളും കുടുംബ ബന്ധങ്ങളും വൈവാഹികരീതികളും ഉണ്ട്.

- ഇന്ത്യൻ ജനത അനേകം ജന-വർണ്ണ സങ്കലനങ്ങളിലൂടെയാണ് വളർന്നു വന്നത്. അതായത് പ്രോടൊ - അസ്റ്റരോയിഡ്, പാലിയോ - മെഡിറ്ററേനിയൻ, കാക്കസോയിഡ് നീഗ്രോയും മംഗോളിയനും. അതുപോലെ ഭിന്ന ദേശീയർ - ആര്യന്മാരും പേർഷ്യക്കാരും ഗ്രീക്കുകാരും ഹൂണന്മാരും അറബികളും ടർക്കികളും ആഫ്രിക്കക്കാരും മംഗോളിയരും യൂറോപ്യന്മാരും ഇവിടെ കുടിയേറി താമസിച്ചു. എന്നാൽ ഇന്നൊരിടത്തും മൂലലക്ഷണങ്ങൾ ഉള്ള ജനതയെ കാണാനാകില്ല; നേരേമറിച്ച് സങ്കര ജനത്തെയേ കാണാനാകൂ.
- ഒരേ മതജാതി ജനങ്ങളിലുള്ളതിനേക്കാൾ ഒരേ പ്രദേശത്തു വസിക്കുന്ന ജനങ്ങളിൽ കൂടുതൽ സമാനതകൾ കാണാം. മേൽ-കീഴ് ജാതികളിൽ അനുവംശീയ ഭിന്നതകൾ കാണാനാകില്ല എന്നത് ശാസ്ത്രീയമായി തെളിഞ്ഞിട്ടുള്ളതാണ്.
- ഓരോ വിഭാഗം ജനങ്ങളും തങ്ങളുടെ തനതായ സവിശേഷതകൾ സമൂഹഗാനങ്ങളിലൂടെയും, ചരിത്രത്താളുകളിലൂടെയും നാടൻ പാട്ടുകളിലൂടെയും സംരക്ഷിച്ചുപോന്നു. അവർ വസിച്ചിടങ്ങളിലെല്ലാം അതാതു സ്ഥലത്തെ സമ്പ്രദായങ്ങൾ സംരക്ഷിച്ചുകൊണ്ടും സ്വീകരിച്ചുകൊണ്ടും മുന്നേറി. ഈ വിധത്തിൽ ആക്രമണം നടത്താൻവന്നവർ സ്വയം സ്ഥലവാസികളായി.
- നമ്മുടെ നാനാത്വത്തിന്റെയും ഏകത്വത്തിന്റെയും അടയാളങ്ങളിൽ ഭാഷ വളരെ പ്രധാനപ്പെട്ടതാണ്. ഇന്ത്യയിൽ 325 ഭാഷകളും 25 ലിപികളുമുണ്ട്. ഇവകൾ ഇൻഡോ-ആര്യൻ, ടിബറ്റൊ-ബർമിസ്, ഇൻഡോ-യൂറോപ്യൻ, ദ്രാവിഡ ഭാഷകൾ, ആസ്ട്രൊ-ഏഷ്യാറ്റിക്, ആൻഡമാനിസ് കൂടാതെ ഇൻഡോ-ഇറാനിയൻ എന്നീ ഭാഷാ കുടുംബങ്ങളിൽനിന്നു വന്നവയാണ്. ദേശത്തിലെ 65 ശതമാനത്തിലധികം ജനങ്ങളും കുറഞ്ഞത് രണ്ടു ഭാഷകൾ സംസാരിക്കുന്നവരാണ്. ഗോത്രവർഗ്ഗത്തിലുള്ളവരെല്ലാം മൂന്നു ഭാഷകൾ സംസാരിക്കുന്നവരുമാണ്.
- ഇന്ത്യൻ ജനത സമൂഹജീവിതരീതിയോടടുത്തു നില്ക്കുന്നു. അവർ പ്രകൃതിയോടും സാമൂഹികപരിസരത്തോടും സമരസപ്പെട്ട് ഇടചേർന്നു ജീവിക്കുന്നു. നൂറ്റാണ്ടുകളായി അവർ ജീവിതത്തിലും കലഹത്തിലും ഒന്നിച്ച് പങ്കാളികളായിരുന്നു. ഈ കൊണ്ടുംകൊടുക്കലും സാമൂഹികകലഹങ്ങളും നമ്മുടെ നാനാത്വവും ഏകത്വവും ഭദ്രമാക്കുന്നു.

ഇങ്ങനെ വൈവിദ്ധ്യമാർന്ന വിശ്വാസങ്ങൾ, അഭിപ്രായങ്ങൾ, സമ്പ്രദായങ്ങൾ, ആഹാരപദ്ധതി, വസ്ത്രധാരണരീതി, ആചാരവിചാരങ്ങൾ തുടർന്നുപോന്ന ജനത ശാന്തിയോടെ സൗഖ്യത്തോടെ ഭയഭീതിയില്ലാതെ

സഹസ്രാബ്ദങ്ങളായി ഒത്തൊരുമയോടെ ജീവിച്ചുവരുന്നു. അതുകൊണ്ട് ഭാരതം നാനാത്വസമൂഹമായി കരുതപ്പെടുന്നു.

3.2 ചരിത്രം

'ചരിത്രം മറന്നവർക്ക് ചരിത്രം സൃഷ്ടിക്കാനാകില്ല' എന്ന അംബേദ്കറുടെ പ്രസ്താവന നിതാന്ത സത്യമാണ്. മാനവചരിത്രം മനസ്സിലാക്കിയാലേ മുന്നോട്ടുള്ള ശരിയായ വഴി എന്തെന്നറിയാനാകൂ. നമുക്കു മുൻപേ ഗമിച്ചവരുടെ അനുഭവങ്ങളിൽനിന്ന് പാഠമുൾക്കൊണ്ടാലേ ഇനിയുള്ള നമ്മുടെ വഴി സുഗമമാകൂ. ഒരു പുതിയ സമൂഹം സൃഷ്ടിക്കാൻ മാനവചരിത്രത്തിന്റെ മനനം കൂടിയേതീരൂ.

ചരിത്രം കെട്ടിക്കിടക്കുന്ന ജലമല്ല, അത് അനസ്യൂതമായി ഒഴുകുന്ന നദിയാണ്. ചരിത്രത്തെ മുറിക്കാനാകില്ല. നമ്മളെപ്പോലുള്ള സാധാരണ ജനങ്ങൾക്ക് മനസ്സിലാകാൻ ചരിത്രകാരന്മാർ ഇന്ത്യൻ ചരിത്രത്തെ മൂന്നു ഭാഗങ്ങളായി തിരിച്ചിരിക്കുന്നു.

3.2.1 പ്രാചീന ചരിത്രം

B C 3000 മുതൽ A D 985 വരെയുള്ള ഭാരതത്തെ പ്രാചീന ഭാരതമെന്നു പറയുന്നു. ഈ കാലയളവിൽ മുഖ്യമായി സിന്ധു നാഗരികത, മൗര്യ, ഗുപ്ത, കുഷാൽ, ഹർഷവർദ്ധനൻ, രാഷ്ട്രകൂടർ, ചോളർ, ചാലൂക്യർ, പല്ലവർ കൂടാതെ പാണ്ഡ്യർ തുടങ്ങിയവർ ഭാരതദേശം ഭരിച്ചിരുന്നു.

3.2.2 മദ്ധ്യകാല ചരിത്രം

986 മുതൽ 1756 വരെയുള്ള ഭാരതം മദ്ധ്യകാല ഭാരതം എന്നറിയപ്പെടുന്നു. ഈ കാലയളവിൽ മുഖ്യമായി സുൽത്താൻ, ടർക്കി, പേർഷ്യൻ, ഹൂണർ, തുഗ്ലക്കുകൾ, ഖിൽജികൾ, മുഗളർ, ബഹമനിയർ എന്നിവർ ഭാരതദേശം ഭരിച്ചിരുന്നു.

3.2.3 ആധുനിക ചരിത്രം

1757 മുതൽ നാളിതുവരെയുള്ളതാണ് ആധുനിക ചരിത്രം. ഈ കാലഘട്ടത്തിൽ മുഖ്യമായി ഫ്രഞ്ച്, പോർട്ടുഗീസ്, ഡച്ച് കൂടാതെ ബ്രിട്ടീഷുകാർ എന്നിവർ ഇന്ത്യയിൽ ഭരണം കൈയാളി. വിദേശികൾക്കെതിരെയുള്ള പ്രക്ഷോഭത്തിലൂടെ 1947 ൽ ഇന്ത്യ സ്വതന്ത്രമായി. 1950 ൽ ലോകത്തിലെ ഏറ്റവും ബൃഹത്തായ എഴുതപ്പെട്ട ഭരണഘടന അംഗീകരിച്ചതോടെ ഇന്ത്യ റിപ്പബ്ലിക്കുമായി. ഇപ്പോൾ നമ്മൾ 21-ാം നൂറ്റാണ്ടിലെ ആദ്യ പതിറ്റാണ്ടുകളിലാണ്.

കൂടുതൽ വിവരങ്ങൾക്ക് അതാതു കാലങ്ങളിലെ ഭരിക്കുന്നവരുടെ (ഭരിക്കപ്പെട്ടവരുടേയും) വിശദമായ ചരിത്രം പഠിക്കേണ്ടിവരും. എന്നിരു

ന്നാലും ഇന്ത്യൻ ഭരണഘടന അറിയണമെങ്കിൽ കുറഞ്ഞപക്ഷം ഇവിടെ പ്രസ്താവിതമായ വിവരങ്ങൾ കൂടിയേതീരൂ.

3.3 മതങ്ങൾ

'മതം മനുഷ്യനെ സൃഷ്ടിച്ചില്ല. മനുഷ്യനാണ് മതത്തെ സൃഷ്ടിച്ചത്.' നാഗരിക സമൂഹത്തിന്റെ ആവിർഭാവത്തോടെ മതങ്ങൾ വളർന്നുവന്നു. മതങ്ങളുടെ ചരിത്രം മനുഷ്യന്റെ സാമൂഹിക സാമ്പത്തിക ചരിത്രം തന്നെയാണ്. മനുഷ്യന്റെയും മതത്തിന്റെയും വളർച്ച ഒരുമിച്ചായിരുന്നു. എല്ലാ മതങ്ങളും രൂപപ്പെട്ടത് ജനത്തിന്റെ കണ്ണീരൊപ്പാനായിരുന്നു. റോമൻ നാഗരികതയിൽ അടിമകളുടെ കഷ്ടതകൾക്ക് സാന്ത്വനം പകരാനാണ് ക്രൈസ്തവമതം രൂപംകൊണ്ടത്. മദ്ധ്യേഷ്യയിൽ ഹിംസ, കൊള്ള, പിടിച്ചുപറി, അതിക്രമം തുടങ്ങിയ പീഡനത്തിനു പരിഹാരമായാണ് ഇസ്ലാം മതം ഉരുത്തിരിഞ്ഞത്. ഭാരതത്തിൽ ബലി, യാഗം, യജ്ഞം, ഹിംസ എന്നിവയിൽ ഞെരിപിരികൊണ്ടിരുന്ന ജനങ്ങൾക്ക് ആശ്വാസവുമായാണ് ജൈനബൗദ്ധ മതങ്ങൾ ഉണ്ടായത്. പിന്നെ ഇതേ ലക്ഷ്യത്തോടെ ലിംഗായത മതവും സിഖുമതവും ഉണ്ടായി. അതിനാൽ പീഡിത ജനതയുടെ ശബ്ദമാണ് മതം.

ഇന്ത്യയിൽ പല മതങ്ങളുണ്ട്. ഹിന്ദു, ജൈന, ബൗദ്ധ, സിഖു, ലിംഗായത മതങ്ങൾ ഇന്ത്യയിൽ ജന്മം കൊണ്ടു. ക്രൈസ്തവ, ഇസ്ലാം, ബഹായി, പാഴ്സി മതങ്ങൾ പുറത്തുനിന്നുവന്ന ഇന്ത്യയിൽ സ്ഥാനമാനങ്ങൾ നേടിയെടുത്തു. ഈ മതങ്ങൾ കൂടാതെ ഭാരതത്തിൽ ചൈതന്യ പന്ഥ; നാഥപന്ഥ; ആരൂഢ, അവധൂത, ശാക്ത, സിദ്ധ, സൂഫി പന്ഥങ്ങൾ പിറവിയെടുത്തു. അതുപോലെ അനേകം താത്ത്വിക ധാരകളും ഉടലെടുത്തു. ദ്വൈത, അദ്വൈത, വിശിഷ്ടാദ്വൈത, ശക്തിവിശിഷ്ടാദ്വൈത, ലോകായത അഥവാ ചാർവാക, സാംഖ്യം, അഹമ്മദീയ, യഹൂദ, ഖാഹി മുതലായ പന്ഥകൾ ഉണ്ടായി. അതുപോലെ വിശേഷിച്ച് ഗിരിവർഗ്ഗങ്ങൾ മതത്തിന്റെ ചട്ടക്കൂട്ടിൽപ്പെടാതെ പ്രാകൃത ആചാരാനുഷ്ഠാനങ്ങളുമായി ജീവിച്ചുപോരുന്നു.

ഇന്ത്യയിൽ 2011 ലെ കാനേഷുമാരിപ്രകാരം മതവിഭാഗങ്ങൾ ശതമാനത്തിൽ:

1. ഹിന്ദുക്കൾ : 79.80%
2. മുഹമ്മദീയർ : 14.23%
3. ക്രൈസ്തവർ : 2.30%
4. സിഖു മതക്കാർ : 1.72%
5. ബുദ്ധ മതക്കാർ : 0.70%
6. ജൈന മതക്കാർ : 0.37%
7. മറ്റു മതക്കാരും മതമില്ലാത്തവരും : 0.90%

മതം കാലക്രമത്തിൽ ചിലരുടെ ഇഷ്ടാനുഷ്ഠാനങ്ങൾ കാത്തുസൂക്ഷിക്കുന്ന ആയുധമായി എന്നത് ചരിത്രത്തിൽ കാണാം. മതം ജനാധിപത്യവിരുദ്ധവും യാഥാസ്ഥിതികവുമായി. മതവും രാഷ്ട്രീയവും കൈകോർത്ത് വർഗ്ഗീയതയായി. ലോകയുദ്ധങ്ങളിൽ മൃതപ്പെട്ടവരെക്കാൾ കൂടുതൽ മനുഷ്യർ പൊലിഞ്ഞത് മതതീവ്രവാദ കലഹങ്ങളിലൂടെയാണ്.

3.4 ജാതികൾ

ഭാരതത്തിലെങ്ങനെയാണ് ജാതികൾ ഉണ്ടായത് എന്ന് കൃത്യമായി പറയാൻ പ്രയാസമാണ്. എന്നാൽ എന്തിനുവേണ്ടി ജാതികൾ ഉണ്ടായിയെന്നും എന്തിനുവേണ്ടി അവകൾ നിലനില്ക്കുന്നുവെന്നും മനസ്സിലാക്കാൻ പ്രയാസമില്ല. വിദേശത്തുനിന്നും അനാദികാലം മുതൽ കുടിയേറിവന്നവർ സ്ഥലവാസികളുമായി മല്ലിട്ട് ജേതാക്കളായി ഇവിടെ ആധിപത്യം സ്ഥാപിച്ചു. തോറ്റവരാകട്ടെ തിരസ്കൃത മനോനൊമ്പരത്തോടെയും ഭയത്തോടെയും കഠിനവും നീചവുമായ ജോലിചെയ്യാൻ നിർബ്ബന്ധിതരായി. ഇങ്ങനെ ഒരുരീതിയിൽ തൊഴിൽ വിഭജനം ഉണ്ടായി. വിദ്യയുടെയും ബുദ്ധിയുടെയും അവകാശം ബ്രാഹ്മണനും, യുദ്ധം ക്ഷത്രിയനും, വാണിജ്യ വ്യവസായം വൈശ്യനും നിജപ്പെടുത്തപ്പെട്ടു. സാമൂഹ്യ വ്യവസ്ഥയിലെ അടിത്തട്ടിലുള്ള ശൂദ്രർ അത്യന്തം കഠിനവും നീചവുമായ ജോലിചെയ്യുന്ന അടിമകളാക്കപ്പെട്ടു, ഇത്തരത്തിലുള്ള തൊഴിൽ വിഭജനത്തിൽ ആദ്യത്തെ മൂന്നു വർണ്ണങ്ങൾ ഭരണാധികാരത്തിലും നാലാമത്തേത് (ശൂദ്രർ) ഭരിക്കപ്പെടേണ്ടിടത്തുമായി. മറ്റു ജനവിഭാഗങ്ങളെല്ലാം ചാതുർവർണ്ണ്യത്തിനു പുറത്താണ്. അവകൾ:

- ക്രിമിനൽ സംഘങ്ങൾ
- ആദിവാസികൾ
- തൊട്ടുകൂടാത്തവർ

ഓരോ ജാതിക്കും കൃത്യമായി തരംതിരിച്ചുള്ള തൊഴിൽ. ഈ തൊഴിൽ വംശപാരമ്പര്യമായി വന്നതാണ്. ജാതി മാറ്റാൻ പറ്റില്ല, തൊഴിൽ മാറ്റാൻ പറ്റില്ല. ജാതി തമ്മിൽ ബാന്ധവമോ സഹഭോജനമോ പാടില്ല, ഒരേ ശ്മശാനത്തിൽ ശവം അടക്കാനോ സംസ്കരിക്കാനോ പാടില്ല. ഇങ്ങനെയൊക്കെ ആയിരുന്നു ജാതിപരമായ നിബന്ധനകൾ.

ഈ ജാതിവ്യവസ്ഥയിലധിഷ്ഠിതമായ അസമത്വങ്ങൾ എല്ലാ മേഖലകളിലും സംജാതമായി. രാഷ്ട്രീയ, സാമ്പത്തിക, സാമൂഹിക, സാംസ്കാരിക മണ്ഡലങ്ങളിൽ ഇത്തരം അസമത്വങ്ങൾ കാണാം. ഈ ജാതിവ്യവസ്ഥയിൽ മേല്ജാതി മേല്‌വർഗ്ഗ കീഴ്ജാതി കീഴ്‌വർഗ്ഗ എന്ന തരംതിരിവിലാണ് പരിഗണിക്കപ്പെട്ടത്. ഇത് വാസ്തവത്തിൽ തൊഴിൽ വിഭജനമേയല്ല, മറിച്ച് തൊഴിൽ ചെയ്യുന്നവരുടെ വിഭജനമാണെന്ന് തിരിച്ചറിയേണ്ടതുണ്ട്. ഏറ്റവും കൂടുതൽ നിരക്ഷരർ, തൊഴിൽരഹിതർ, പട്ടിണിപ്പാവങ്ങൾ, രോഗികൾ, ഭവനരഹിതർ, ഭൂരഹിതർ എവിടെയാണ് എന്നന്വേഷിച്ചാൽ അവരെ കീഴ്ജാതികളിൽ കാണാം. ഇതുപോലെ

ജാതിയും വർഗ്ഗവും കെട്ടുപിണഞ്ഞ ഒരു അസമത്വ സാമൂഹ്യ വ്യവസ്ഥിതി ഭാരതത്തിൽ കാണാം.

ജാതിവ്യവസ്ഥ സാമ്പത്തികമായി വലിയ നഷ്ടങ്ങളും കോട്ടങ്ങളും ഉണ്ടാക്കുന്ന വ്യവസ്ഥയായി ഭവിച്ചു. ഇത് മനുഷ്യന്റെ സഹജശക്തിയും പ്രതിഭയും തല്ലിക്കെടുത്തി. കാലക്രമേണ അവരുടെ സാമർത്ഥ്യങ്ങൾ ഉപയോഗശൂന്യമായി വന്നു. ഉദാഹരണമായി ക്ഷത്രിയർക്കുമാത്രമാണ് യുദ്ധം ചെയ്യാനവകാശം. മറ്റുജാതിക്കാർ ശക്തരാണെങ്കിലും അവർക്ക് യുദ്ധം ചെയ്യാനാകില്ല. അതായത് മറ്റുജാതിയിലുള്ളവർക്ക് പുറത്തുനിന്നുള്ള ആക്രമണത്തെ തടയാനുള്ള സാമർത്ഥ്യമുണ്ടെങ്കിലും അതു ചെയ്യാൻ പറ്റില്ല. ക്ഷത്രിയർ തോറ്റാൽ ഇന്ത്യ മൊത്തമായി തോറ്റു. ഇക്കാരണത്താൽ ഭാരതീയർ ഏതാണ്ട് ഒരു സഹസ്രാബ്ദം വിദേശികളുടെ അടിമകളായിക്കഴിയേണ്ടിവന്നു.

3.5 ന്യായം നടപ്പാക്കുന്ന രീതി

ജനങ്ങൾക്കിടയിലെ തർക്കങ്ങൾ രമ്യമായി പരിഹരിക്കപ്പെടുക എന്നതാണ് നാഗരിക സമൂഹത്തിന്റെ പ്രധാന സ്വഭാവങ്ങളിലൊന്ന്. ഇന്ത്യൻ ലോകമ്മീഷൻ അതിന്റെ 14-ാമത്തെ സഞ്ചികയിൽ വിവരിക്കുന്നത് പ്രാചീന ഭാരതത്തിലെ ന്യായവ്യവസ്ഥിതിയെപ്പറ്റി കൃത്യമായി ഒന്നും പറയാൻ പറ്റില്ല എന്നാണ്. എന്നാൽ സ്മൃതികളുടെ ഉപജ്ഞാതാക്കളായ നാരദന്റെയും ബൃഹസ്പതിയുടേയും മനുവിന്റേയും മാധവന്റേയും അതുപോലെ മറ്റുപലരുടേയും ലിഖിതങ്ങളിൽ കൃത്യമായ ന്യായ വിതരണപദ്ധതി ഉണ്ടായിരുന്നു എന്നു വായിച്ചെടുക്കാനാകും.

3.5.1 'സശിഷ്ട' (established)ന്യായാലയങ്ങൾ

ഈ ന്യായാലയങ്ങൾ പ്രവർത്തിച്ചിരുന്നത് രാജസഭകളിലായിരുന്നു. രാജാവ് നേരിട്ട് വിധി പ്രസ്താവിച്ചിരുന്നു. മറ്റുകൃത്യാന്തരബഹുലതകൾക്കിടയിൽ പ്രതിദിനം കുറച്ചുസമയം ഇതിനായി രാജാവ് മാറ്റിവച്ചിരുന്നു. ന്യായതീരുമാനങ്ങൾ ശരിയായി നിർവ്വഹിക്കാൻ നിയമനിർമ്മാണം അനിവാര്യമായി വന്നു. ഈ നിയമങ്ങൾ മുഖ്യമായും രചിച്ചിരുന്നത് സ്മൃതികാർ മനു, യജ്ഞവാല്ക്യൻ, പരാശരൻ, നാരദൻ, ബൃഹസ്പതി, കാത്യായനൻ, കൗടില്യൻ തുടങ്ങിയവർ ആയിരുന്നു.

3.5.2 മുദ്ര ന്യായാലയങ്ങൾ

ഈ ന്യായാലയങ്ങൾ രാജാവിനുവേണ്ടി രാജമുദ്ര ഉപയോഗിച്ച് ന്യായവിധി നടപ്പാക്കിയിരുന്നു.

3.5.3 സഞ്ചരിക്കുന്ന (mobile) ന്യായാലയങ്ങൾ

ഈ ന്യായാലയങ്ങൾ ഒരിടത്തുനിന്ന് മറ്റൊരിടത്തേക്ക് സഞ്ചരിച്ച് ന്യായ വിതരണം നടത്തിയിരുന്നു.

3.5.4 'പ്രസിഷ്ട' ന്യായാലയങ്ങൾ

ഈ ന്യായാലയങ്ങൾ ചില നിർദ്ദിഷ്ട സ്ഥലങ്ങളിൽ ന്യായവിതരണം നടത്തിയിരുന്നു.

മേൽവിവരിച്ച ന്യായാലയങ്ങളിൽ ന്യായാധിപന്മാരായി നിയോഗിക്കപ്പെടുന്ന വ്യക്തികൾക്ക് ഉണ്ടായിരിക്കേണ്ട ചില സവിശേഷഗുണങ്ങൾ സ്മൃതികാരൻ കാത്യായനൻ ഇങ്ങനെ പറയുന്നു:

i. കുറ്റവാളി ന്യായാധിപനാകാൻ പാടില്ല, ന്യായാധിപൻ സന്തുഷ്ടനും ദയാനിധിയും ബുദ്ധിമാനും കൃതകൃത്യനും അത്യാർത്തിയില്ലാത്തവനും ആയിരിക്കണം.

ii. ന്യായാധിപൻ ഏകശാസ്ത്ര വ്യുല്പത്തിക്കുപകരം ബഹുശാസ്ത്ര പണ്ഡിതനായിരിക്കണം.

മേൽ വിവരിച്ച ന്യായാലയങ്ങൾ വിവിധ ജാതികളുടെ അർഹതയും അനർഹതയും അറിഞ്ഞുകൊണ്ടാവണം ന്യായനിർവ്വഹണം നടത്താൻ. അപരാധിയുടേയും ഇരയുടേയും ജാതിക്കനുസരിച്ച് ശിക്ഷ വിധിക്കണം. ബ്രാഹ്മണനോ ക്ഷത്രിയനോ വൈശ്യനോ കുറ്റം ചെയ്താൽ പിഴ ഈടാക്കണം. എന്നാൽ അതേകുറ്റം ചെയ്ത ശൂദ്രന് അടി കൊടുക്കണം. ഉദാഹരണത്തിന് ബ്രാഹ്മണനോ ക്ഷത്രിയനോ വൈശ്യനോ ശൂദ്രനെ അപമാനിച്ചാൽ അതിന്റെ ശിക്ഷയായി 50, 25, 12 പണം യഥാക്രമം പിഴയായി വസൂലാക്കണം. ജാതിശ്രേണിക്കനുസരിച്ചാണ് പലിശ ഈടാക്കേണ്ടത്. ബ്രാഹ്മണന് രണ്ടും ക്ഷത്രിയന് മൂന്നും വൈശ്യന് നാലും ശൂദ്രന് പന്ത്രണ്ടും ശതമാനമാണ് പലിശ. കീഴ്ജാതി സാക്ഷിക്ക് കുറഞ്ഞ പ്രാധാന്യവും മേൽജാതിസാക്ഷിക്ക് കൂടുതൽ പ്രാധാന്യവും ഉണ്ടായിരുന്നു. ചില തർക്കങ്ങളിൽ കീഴ്ജാതിക്കാർ മേൽജാതിക്കാർക്കെതിരെ സാക്ഷിപറയാൻ പാടില്ല. ഇത്തരത്തിൽ പ്രാചീന ഭാരതത്തിൽ മേൽത്തട്ടിലെ ന്യായവിതരണ പദ്ധതി ജാതിയും പാരമ്പര്യവും മതനിയതികളും അനുസരിച്ചായിരുന്നു.

എന്നാൽ കുറേക്കൂടി താഴ്ന്ന തലത്തിൽ അതായത് പ്രാന്തപ്രദേശങ്ങളിൽ വ്യത്യസ്ത ന്യായവിതരണ രീതിയാണ് നിലവിലുണ്ടായിരുന്നത്. ഒരു ജാതിക്കകത്തുള്ള തർക്കം മുതിർന്നവർ ഒത്തുകൂടി പക്ഷപാതമില്ലാതെ തീർപ്പാക്കിയിരുന്നു. അന്യജാതിയിലുള്ളവരുമായ തർക്കങ്ങൾ ഗ്രാമത്തിലെ മുതിർന്നവർ തീരുമാനിച്ചിരുന്നു. ജാതിയിലെയോ പഞ്ചായത്തിലെയോ മുതിർന്നവർ നിയമജ്ഞരായിരുന്നില്ല. എന്നാൽ അവരുടെ തീർപ്പുകൾ അനുഭവവും യാഥാർത്ഥ്യവും സമൂഹ്യ നന്മയും മുൻനിർത്തിയായിരുന്നു.

മദ്ധ്യകാലത്ത് ഇന്ത്യ ഭരിച്ച മുഹമ്മദീയർ ന്യായവിതരണപദ്ധതിയിൽ കുറെ വ്യതിയാനങ്ങൾ കൊണ്ടുവന്നു. അവർ പഞ്ചായത്ത് തരത്തിലെ ന്യായ നടത്തിപ്പിൽ ഇടപെട്ടില്ല. ഉയർന്ന കോടതിയിലെ സിവിൽ കാര്യങ്ങളിൽ ഹിന്ദു കക്ഷികൾക്കിടയിലെ തർക്കം ഹിന്ദു നിയമവും

രീതിയും അനുസരിച്ച് ഹൈന്ദവനിയമജ്ഞരുടെ സഹായത്തോടെ പരിഹരിച്ചുപോന്നു. ഹിന്ദുവും മുസ്ലിമും കക്ഷികളായ കുറ്റകൃത്യങ്ങൾക്ക് മുസ്ലിം നിയമങ്ങളായിരുന്നു അനുവർത്തിച്ചിരുന്നത്.

നവഭാരതചരിത്രത്തിൽ ബ്രിട്ടീഷ് ഭരണം പ്രധാനപ്പെട്ടതാണ്. ഈസ്റ്റ് ഇന്ത്യാ കമ്പനി 1601 ൽ സ്ഥാപിതമായി. കുറച്ചുകാലത്തിനുള്ളിൽ നിയമം നിർമ്മിക്കാനും നടപ്പിലാക്കാനും നിയമം ലംഘിച്ചവർക്ക് ശിക്ഷ വിധിച്ച് നടപ്പാക്കാനുമുള്ള അധികാരം അവരിൽ വന്നുചേർന്നു. 1683 ആയതോടെ ആവശ്യമുള്ള എവിടെയും ന്യായാലയങ്ങൾ സ്ഥാപിക്കാനുള്ള അധികാരം അവർ നേടി. 1726 ൽ ഇംഗ്ലീഷ് ന്യായാലയങ്ങളുടെ മാതിരിയിൽ കല്ക്കത്തയിലും മദ്രാസിലും ബോംബെയിലും കോടതികൾ സ്ഥാപിച്ചു.

പില്ക്കാലത്ത് സിവിൽ വ്യവഹാര സംഹിത, ക്രിമിനൽ വ്യവഹാര സംഹിത, പിന്തുടർച്ചാ നിയമാവലി, സാക്ഷി നിയമാവലി, കരാർ നിയമാവലി, നെഗോഷ്യബിൾ ഇൻസ്ട്രുമെന്റ് ആക്ട്, വസ്തു കൈമാറ്റ നിയമം, കാലഹരണ നിയമം തുടങ്ങിയവ നിലവിൽ വന്നു. കാലക്രമേണ സിവിൽ കോടതികളും ക്രിമിനൽ കോടതികളും ഉന്നത കോടതികളും സ്ഥാപിതമായി.

ബ്രിട്ടീഷ് രീതിയിൽ നിയമനിർമ്മാണവും ന്യായാലയങ്ങളും പ്രാചീന ഭാരതത്തിലെ പല രീതികളും പരിഷ്കരിച്ചു, ചിലത് നിർത്തലാക്കി. മുഹമ്മദീയർ കൊണ്ടുവന്ന നിയമങ്ങളിലും മാറ്റങ്ങൾ വന്നു.

3.6 സാമ്പത്തിക സംവിധാനം

ഇന്ത്യൻ സമ്പദ്‌വ്യവസ്ഥയെ പ്രതിനിധീകരിക്കുന്നത് ഗ്രാമങ്ങളാണ്. ഓരോ ഗ്രാമത്തിനും കൃത്യമായ അതിരുകളുണ്ട്. ഗ്രാമങ്ങളുടെ ഭരണം പട്ടേൽ, ഷൺഭാഗ് (ഗുമസ്തൻ), തോട്ടി, തൽവാർ (പൊലീസ്), നീരാഗന്ധി (ജലം) എന്നിവരാൽ നിർവ്വഹിക്കപ്പെട്ടിരുന്നു. ഉത്തര കർണ്ണാടകത്തിൽ പൊലീസ്ഗൗഡ, മാലിഗൗഡ, കുൽക്കർണി, തളവാര, പാഡെവാര മുതലായവരായിരുന്നു ഭരണം നിയന്ത്രിച്ചിരുന്നത്. വെളുത്തേടന്മാരും ബാർബർമാരും ജ്യോതിഷികളും പൂജാരികളും ഗുരുക്കന്മാരും സേവനങ്ങൾ നടത്തിയിരുന്നു. കലപ്പ, ഉന്തുവണ്ടി തുടങ്ങിയ തടി സാമഗ്രികൾ ഉണ്ടാക്കാൻ ആശാരി; മൺപാത്രങ്ങളുണ്ടാക്കാൻ കൊശവൻ; സ്വർണ്ണം വെള്ളി ആഭരണങ്ങളുണ്ടാക്കാൻ തട്ടാൻ; ചെരുപ്പുണ്ടാക്കാൻ ചാമർ (ചെരുപ്പുകുത്തി) തുടങ്ങിയ കരകൗശലക്കാരും ഉണ്ടായിരുന്നു. ഗ്രാമങ്ങളിലെ ജനങ്ങൾ മിക്കവരും കർഷകരായിരുന്നു. കരകൗശലക്കാരും മറ്റുസേവകരും ഭരണാധികാരികളും ഈ കർഷകർക്കായി സേവനം ചെയ്തുപോന്നു. അവർക്കെല്ലാം ഒരു നിശ്ചിത അളവിൽ കൃഷി ഉല്പന്നങ്ങൾ പ്രതിഫലമായി കിട്ടിയിരുന്നു. ഈ വിധത്തിൽ എല്ലാ ഗ്രാമങ്ങളും സ്വയം പര്യാപ്തതയിലും സ്വയം സമ്പന്നതയിലുമായിരുന്നു.

ചില കുടിൽ വ്യവസായങ്ങൾ അവശ്യ സാധനങ്ങൾ പഞ്ചായത്തിന് നല്കിയിരുന്നു. കൂടാതെ തദ്ദേശ അങ്ങാടികൾക്കും കയറ്റുമതിക്കുമായി

വൻ തോതിൽ ആയോധന വസ്തുക്കളും നിത്യോപയോഗ സാമഗ്രികളും ഉണ്ടാക്കുന്ന വ്യവസായ ശാലകളും ഉണ്ടായിരുന്നു.

അങ്ങനെ സ്വയംപര്യാപ്ത ഗ്രാമം, കുടിൽ വ്യവസായം, കൗശല മേന്മയുള്ള വ്യവസായശാലകൾ, വാണിജ്യം, പലിശ വ്യവസ്ഥയിലെ പണമിടപാടുകൾ മുതലായവ ഇന്ത്യൻ സമ്പദ്‌വ്യവസ്ഥയുടെ നെടും തൂണുകളായി. ചൂഷണവും തട്ടിപ്പും ലൈംഗിക അതിക്രമവും അഴിമതിയും ഇതോടൊപ്പം നടമാടിയിരുന്നു. ഒരു നല്ല വിഭാഗം ജനങ്ങൾ പാവങ്ങളായിരുന്നു. പലവിധത്തിലുമുള്ള സ്വജനപക്ഷപാതങ്ങളും ഉണ്ടായിരുന്നു. ഇന്ത്യൻ നിർമ്മിത വസ്തുക്കൾ കയറ്റുമതി ചെയ്ത് സ്വർണ്ണവും വെള്ളിയും ഇങ്ങോട്ടൊഴുക്കി. എന്നാൽ ഈ സമ്പത്തുകൾ ജനങ്ങൾക്കിടയിൽ നീതിപൂർവ്വം വിതരണം ചെയ്യപ്പെട്ടില്ല. എന്നിരുന്നാലും ഈ സമ്പത്ത് ഇന്ത്യക്കുപുറത്തേക്ക് ഒഴുകിയില്ല.

ബ്രിട്ടീഷുകാർ രാജാക്കന്മാരും നബാബുകളും സ്വന്തമാക്കിയിരുന്ന സമ്പത്തുകൾ പലതരം ഉപാധികളിലൂടെ കൊള്ളയടിച്ചു. പലവിധത്തിൽ അമിതനികുതികൾ വസൂലാക്കി ഇംഗ്ലണ്ടിലെത്തിച്ചു. അതിന്റെ ഫലമായി കൃഷിയും കൗശല വ്യവസായങ്ങളും നാശോന്മുഖമായി. ദശലക്ഷക്കണക്കിന് ജനങ്ങൾ ക്ഷാമത്തിന്റെ കരാളവക്ത്രത്തിലായി. കാലക്രമത്തിൽ ഇന്ത്യ ഏറ്റവും വലിയ പട്ടിണിപ്പാവങ്ങളുടെ ദേശമായി.

3.7 മതാനുഷ്ഠാനങ്ങൾ, സാമൂഹ്യമൂല്യങ്ങൾ, അന്ധവിശ്വാസങ്ങൾ

ഇന്ത്യയിലെ ജാതിവിവേചന വിധാനത്തിൽ കീഴ്ത്തട്ടിലുള്ളവർക്ക് വിദ്യാഭ്യാസ വിലക്കുണ്ടായിരുന്നു. സംസ്കൃത വചനങ്ങൾ കേട്ടാൽ ചെവിയിൽ ഈയം ഉരുക്കിയൊഴിച്ചിരുന്നു, സംസ്കൃത വചനങ്ങൾ ചൊല്ലിയാൽ നാക്ക് മുറിക്കപ്പെട്ടിരുന്നു. അക്കാലത്തെ ഗുരുകുലത്തിൽ ബ്രാഹ്മണർക്കും ക്ഷത്രിയർക്കും മാത്രമേ പ്രവേശനം ഉണ്ടായിരുന്നുള്ളു. മറ്റുള്ളവർക്ക് വിലക്കായിരുന്നു. അസ്ത്ര ശസ്ത്ര ആയോധനത്തിൽ സ്വയം വ്യുല്പത്തി നേടിയ കാട്ടിൽ ജീവിച്ച ഏകലവ്യന്റെ ഐതിഹ്യം നമുക്കറിയാം. ഗുരുദക്ഷിണയായി തള്ളവിരൽ മുറിച്ചുവാങ്ങിയ ഗുരുവിന്റെ ക്രൂരതയും. സ്വാതന്ത്ര്യപൂർവ്വ ഇന്ത്യയിൽ ഒരു വലിയ വിഭാഗം ജനങ്ങൾക്കും വിദ്യാഭ്യാസം നിഷിദ്ധമായിരുന്നു.

ലോകത്തെവിടെയും ഏതെങ്കിലും വിഭാഗം പൊതുസമൂഹത്തിന്റെ പരിധിക്കു പുറത്താണെന്ന് കാണാവുന്നതാണ് - റോമിലെ അടിമകൾ, സ്പാർട്ടയിലെ സെർഫുകൾ, ബ്രിട്ടണിലെ നീച ജോലിക്കാർ, അമേരിക്കയിലെ കറുത്തവർഗ്ഗക്കാർ, ജർമ്മനിയിലെ ജൂതന്മാർ. ഇന്ത്യയിലാണെങ്കിൽ തൊട്ടുകൂടാത്തവർ. കാലം മാറിയപ്പോൾ സെർഫിടവും അടിമത്തവും ഇല്ലാതായി, എന്നിട്ടും തൊട്ടുകൂടായ്മ നിലനില്ക്കുന്നു. തൊട്ടുകൂടായ്മ മനുഷ്യത്വരഹിതമാണ്. ആ വർഗ്ഗത്തിലെ ആൾക്കാർ തൊട്ടുകൂടായ്മയിൽ ജനിക്കുന്നു തൊട്ടുകൂടായ്മയിൽ ജീവിക്കുന്നു,

തൊട്ടുകൂടായ്മയിൽ മരിക്കുന്നു, തൊട്ടുകൂടായ്മയുടെ ചിഹ്നം പേറുന്ന കുഞ്ഞുങ്ങൾക്ക് ജന്മം നല്കുന്നു.

മതങ്ങളെ സൃഷ്ടിക്കുന്നതിൽ പുരുഷന്റെ പങ്ക് അദമ്യമാണ്. എണ്ണിയാലൊടുങ്ങാത്ത വിലക്കുകളാൽ മനുഷ്യന് മനുഷ്യനായി ജീവിക്കാൻ അസാദ്ധ്യമായ അവസ്ഥ ഉണ്ടായി. പുരാണങ്ങളും ദിവ്യ കഥകളും അന്ധവിശ്വാസങ്ങളും ആചാരാനുഷ്ഠാനങ്ങളും എല്ലാം ഒരുതരം വൈകാരിക അവസ്ഥ ഉണ്ടാക്കി ചൂഷണ വ്യവസ്ഥിതിയെയും ചൂഷകരേയും സംരക്ഷിച്ചുപോരുന്നു.

ലോകത്തിലെ ഒട്ടുമിക്ക മതങ്ങളും സ്ത്രീയെ ദുർബ്ബല വിഭാഗത്തിന്റെ ഭാഗമായിട്ടാണ് കാണുന്നത്. ശൈശവ വിവാഹം, സതി, ദേവദാസി സമ്പ്രദായം, വിധവാവിവാഹനിരോധനം, സ്ത്രീധനം, കന്യകാബലി തുടങ്ങിയ ദുരൂഹ മതാനുഷ്ഠാനങ്ങൾ വഴി സ്ത്രീചൂഷണം ഇന്ത്യയിൽ അഭംഗുരം നടമാടിയിരുന്നു. "സ്ത്രീ ബുദ്ധിഹീനയാണ്", "സ്ത്രീയുടെ ബുദ്ധിശക്തി മുട്ടിനുതാഴെ മാത്രം," "ദുഷ്പ്രവർത്തിയുടെ അടിവേര് സ്ത്രീ," "സ്ത്രീയാണ് ദുഷ്പ്രവർത്തിയെ ഭൂമിയിൽ കൊണ്ടുവന്നത്," "സ്ത്രീ സ്പർശം നരകത്തിലേക്കുള്ള പാത," "ഉറക്കെചിരിക്കുന്ന സ്ത്രീയെ വിശ്വസിക്കരുത്" തുടങ്ങിയ സ്ത്രീവിരുദ്ധ ചൊല്ലുകൾ സ്ത്രീയെ നിരന്തരം അപഹസിച്ചിരുന്നു.

തങ്ങളുടേതായ വിശ്വാസങ്ങളും അന്ധവിശ്വാസങ്ങളും ലോകത്തെമ്പാടും എല്ലായ്പ്പോഴും എല്ലാ ദേശത്തും എല്ലാ സമൂഹങ്ങളിലും നടമാടിയിരുന്നു. സമൂഹത്തിലെ മിക്കവരും അവരുടെ ജീവിതപ്പടവുകളിൽ അതെല്ലാം അനുവർത്തിച്ചാണ് ജീവിക്കുന്നത്. വിശ്വാസത്തിനും അന്ധവിശ്വാസത്തിനുമിടയിലെ വര നേർത്തതും അവ്യക്തവുമാണ്. അംഗീകരിക്കാവുന്ന വിശ്വാസങ്ങളും ദുർഗ്രാഹ്യ വിശ്വാസങ്ങളുമുണ്ട്. അതേപോലെ മനുഷ്യത്വരഹിതവും അപകടകാരിയും നാശംവിതയ്ക്കുന്നതും അക്രമാസക്തവും രോഗാതുരവുമായ വിശ്വാസങ്ങളുമുണ്ട്. തലമുറകളായി ചോദ്യം ചെയ്യപ്പെടാത്തതും അത്തരം വിശ്വാസങ്ങളുടെ നിജസ്ഥിതി പരിശോധിക്കാനാകാത്ത മനോനിലയുമാണ് അന്ധവിശ്വാസം. യഥാർത്ഥ പ്രശ്നങ്ങളിൽനിന്ന് ഒഴിഞ്ഞുമാറി ഒരുതരം അശരണത്വം സൃഷ്ടിക്കാനേ ഇത്തരം അന്ധവിശ്വാസത്തിനാകൂ. അത് വിവേകമില്ലാത്ത ജനക്കൂട്ടത്തിന്റെ ജൈവസത്ത ഊറ്റിക്കുടിച്ച് അവരെ അരക്ഷിതരാക്കുന്നു. അതിന്റെ ഫലമായി സാഹചര്യത്തെ അതിജീവിക്കാൻ കഴിയാതെ വിശ്വാസത്തിന്റെ അടിമയാകുന്നു. വസ്തുനിഷ്ഠമായ സാമൂഹ്യപ്രവർത്തനത്തിനുപകരം നിഷ്ക്രിയത്വത്തിൽ അഭയം പ്രാപിക്കുന്നു. ഇത്തരത്തിലുള്ള അറിവില്ലായ്മ, ചൂഷണം, അടിമത്വം, തൊട്ടുകൂടായ്മ, മേൽ-കീഴ് അവസ്ഥ അങ്ങനെ പലതും നിലനിർത്തുന്നു. ഇന്ത്യ എണ്ണമറ്റ അന്ധവിശ്വാസങ്ങളുടെ വിളനിലമാണ്. ദിനംപ്രതി അന്ധവിശ്വാസങ്ങൾ പെരുകിവരുന്നു.

ഗ്രാമവാസികൾ തങ്ങളുടെ പ്രശ്നങ്ങളിൽനിന്നു രക്ഷനേടാനും

പരിഹാരം കാണാനും കാലാകാലങ്ങളിൽ ഗ്രാമ ദൈവങ്ങളെ സൃഷ്ടിച്ചു. യെല്ലമ്മ, ചൗഡമ്മ, നാഗമ്മ, പുങ്ങെമ്മ, പ്ലേഗമ്മ, സിഡുബമ്മ, മാരമ്മ, ദുന്ദുമാരമ്മ, മോരിമാരമ്മ, സർക്കിൾ മാരമ്മ മുതലായവ അത്തരത്തിലുണ്ടായ ദൈവങ്ങളാണ്. കർണാടകത്തിലെ ഒരു ഗ്രാമത്തിൽ 'എയിഡ്സമ്മ'യ്ക്ക് ഒരമ്പലം ഉണ്ടെന്നും അവിടെ നിത്യേന പ്രാർത്ഥനയുണ്ടെന്നും പറയപ്പെടുന്നു. ദൈവങ്ങളെ സൃഷ്ടിച്ച് പ്രാർത്ഥനയിലൂടെ തങ്ങളുടെ പ്രശ്നങ്ങൾ പരിഹരിക്കാൻ ശ്രമിക്കുന്നതോടൊപ്പം ജനത്തിനു സഹായം ചെയ്യുന്ന വ്യക്തികൾക്കും പ്രാർത്ഥന അർപ്പിക്കുന്ന സംഭവങ്ങൾ ഉണ്ടായിട്ടുണ്ട്.

ഇന്ത്യയിലെ സാംസ്കാരികവും മതപരവുമായ ആചാരങ്ങൾ വൈവിദ്ധ്യമേറിയതാണ്. മുൾപ്പാതയിലെ നടത്തലും, അമ്പലം ചുറ്റി ഉരുളലും, വേപ്പിലകൊണ്ടുള്ള വസ്ത്രം ധരിക്കലും, നഗ്ന അർച്ചനയും, തീയിലെ നടത്തവും, നാക്കിലും കവിളിലും കത്തി തുളച്ചു കയറ്റലും, പെൺകുഞ്ഞുങ്ങളെ കുരുതികൊടുക്കലും എണ്ണമറ്റ ആചാരാനുഷ്ഠാനങ്ങളിൽ ചിലതു മാത്രം. ഇപ്പോഴും മന്ത്രവാദത്തിലും ബാനാമതി 'ബ്ലാക്ക്' മാജിക്കിലും, ഭൂത-പിശാശുക്കളിലും വിശ്വസിക്കുന്ന പ്രവർത്തനങ്ങൾ നടന്നുവരുന്നു.

20-ാം നൂറ്റാണ്ടിന്റെ മദ്ധ്യംവരെ മിക്ക ഇന്ത്യക്കാരും നിരക്ഷരരും അറിവില്ലാത്തവനും അന്ധവിശ്വാസ വലയത്തിലകപ്പെട്ടവരും ആയിരുന്നു. സ്വാതന്ത്ര്യാനന്തര ഇന്ത്യയിൽ ചില മാറ്റങ്ങളൊക്കെ കാണാമെങ്കിലും അത്തരം വിശ്വാസങ്ങളെയൊക്കെ പൂർണ്ണമായും തുടച്ചുമാറ്റാനായിട്ടില്ല..

ഭാഗം 4

ഇന്ത്യൻ സ്വാതന്ത്ര്യ സമരം

> കേവല സ്വാതന്ത്ര്യത്തിനുവേണ്ടി മാത്രമായിരുന്നില്ല നമ്മുടെ സമരം.

ഒൻപതാം നൂറ്റാണ്ടിന്റെ മദ്ധ്യം മുതൽ 20-ാം നൂറ്റാണ്ടിന്റെ മദ്ധ്യം വരെ ഇന്ത്യ വിദേശാധിപത്യത്തിലായിരുന്നു. എവിടെ എപ്പോൾ എങ്ങനെ സ്വാതന്ത്ര്യസമരം തുടങ്ങി എന്ന് കൃത്യമായി പറയാൻ കഴിയില്ല. വിദേശാധിപത്യത്തിനെതിരെയുള്ള എല്ലാ സമരങ്ങളും സ്വാതന്ത്ര്യസമരത്തിന്റെ ഭാഗമായി കാണണം.

ഇന്ത്യൻ സ്വാതന്ത്ര്യ സമരം ഒരു ദീർഘകാല സമരമാണ്. ഒരു നൂറ്റാണ്ടിനപ്പുറത്തേക്ക് അതു നീണ്ടു. അത് എല്ലാ ജാതിമതസ്ഥരുടെയും എല്ലാ ഭാഷാവിഭാഗങ്ങളുടെയും എല്ലാ വർഗ്ഗത്തിൽപ്പെട്ടവരുടെയും സമരമായിരുന്നു. ന്യൂനപക്ഷക്കാർ, ഗിരിജനങ്ങൾ, ദളിതർ, പരിധിക്കു പുറത്തുള്ളവർ എല്ലാം ആ സമരത്തിൽ പങ്കെടുത്തു. വിദ്യാർത്ഥികളും യുവജനങ്ങളും സ്ത്രീകളും ഫാക്ടറിത്തൊഴിലാളികളും കർഷകരും വിരിമാറോടെ പങ്കെടുത്ത സമരമായിരുന്നു അത്. ഈ സമരം ദാരിദ്ര്യവും കഷ്ടപ്പാടും ത്യാഗവും ആത്മാഹുതിയും നിറഞ്ഞതായിരുന്നു. സാമ്രാജ്യലോകത്തെ ഞെട്ടിച്ച സമരമായിരുന്നു ഇത്.

ഒരു വ്യക്തി പടവെട്ടിയതല്ല നമ്മുടെ സ്വാതന്ത്ര്യസമരം. കേവല സ്വാതന്ത്ര്യത്തിനുവേണ്ടി മാത്രമായിരുന്നില്ല നമ്മുടെ സമരം, അതോടൊപ്പം സാമ്പത്തിക സാമൂഹിക സമരം കൂടി ആയിരുന്നു. അത് ബ്രിട്ടീഷ് അധിനിവേശത്തിനെതിരെ ഒരുവശത്തും മറുവശത്ത് ഉഴുന്നവന് നിലവും വേലചെയ്യുന്ന കരങ്ങൾക്ക് തൊഴിലും തുല്യവേലയ്ക്ക് തുല്യകൂലിയും അവകാശപ്പെടുന്ന ആർത്ഥിക സമരവും ചേർന്നതായിരുന്നു. സമാന്തരമായി സതി, തൊട്ടുകൂടായ്മ, സ്ത്രീധനം, ശൈശവ

വിവാഹം മുതലായ സാമൂഹ്യതിന്മകൾക്കെതിരെയും ആയിരുന്നു ആ സമരം. ബ്രിട്ടീഷുകാർ വിവേചനരഹിത വിദ്യാഭ്യാസത്തിനു തുടക്കമിട്ടു. അതിന്റെ ഫലമായി വായനാശീലമുള്ള ഒരു പൊതുസമൂഹം സംജാതമായി. അവരുടെ ആവശ്യത്തിനായി വാർത്താപത്രങ്ങൾ ഉണ്ടായി. സ്വാതന്ത്ര്യ സമരകാലത്ത് പത്രപ്രവർത്തകർ ചൂട്ടു തെളിക്കുന്നവരായി പ്രവർത്തിച്ചു. അരിശംകൊണ്ട ബ്രിട്ടീഷ് സർക്കാരാകട്ടെ പത്രങ്ങൾക്കെതിരെ ആക്രമണം നടത്തി. സ്വാതന്ത്ര്യ സമരവും പത്ര സ്വാതന്ത്ര്യ സമരവും സമാന്തരമായി മുന്നേറിയെന്നത് എടുത്തുപറയേണ്ടതാണ്.

രാജാക്കന്മാരും മഹാരാജാക്കന്മാരും ബ്രിട്ടീഷുകാരുമായി സന്ധികൾ മെനയുമ്പോഴും മനസ്സില്ലാമനസ്സോടെ ഭരിക്കുമ്പോഴും താല്പര്യമില്ലാതെ കലഹിക്കുമ്പോഴും ആദിവാസികൾ തങ്ങളുടെ എല്ലാ സന്നാഹങ്ങളോടെ ബ്രിട്ടീഷുകാർക്കെതിരെ പൊരുതി. ചോട്ടാനാഗ്പൂരിലെ കലാപം, 1831 ലെ ബീഹാറിലെ കോല കലാപം, 1885 ലെ സാന്താൾ കലാപം, 1899 ലെ മുണ്ടാ കലാപം, വടക്കുകിഴക്കൻ പ്രവിശ്യയിലെ ജയന്ത് നാഗാ കലാപം 1922-24 ലെ ആന്ധ്രയിൽ രമ്പ ജോദാവരത്ത് അല്ലൂരി സീതാരാമ രാജു നടത്തിയ സമരം, ബോംബെയിലെ വാർലി കലാപം തുടങ്ങിയവ ബ്രിട്ടീഷുകാർക്കെതിരെയുള്ള സമാനതകളില്ലാത്ത ആദിവാസി ഗോത്ര കലാപങ്ങളായിരുന്നു.

ബ്രിട്ടീഷ് ഭരണാധികാരത്തിനെതിരായ കർഷക സമരങ്ങൾ വലിയപങ്കാണ് വഹിച്ചത്. ബംഗാളിൽ 1859 ലെ സുഗന്ധപുൽ (lavender) കർഷക കലാപവും, തേഭാഗാ സമരവും, ചൗരി ചൗരാ സമരവും, ഗുജറാത്തിലെ ബർദോലി കർഷക സമരവും, തെലങ്കാനാ സമരവും, കേരളത്തിലെ കയ്യൂർ സമരവും പ്രസിദ്ധമായ കർഷക സമരങ്ങളിൽ ചിലതു മാത്രം.

19-ാം നൂറ്റാണ്ടിന്റെ മദ്ധ്യത്തോടെ ബ്രിട്ടീഷുകാർ തേയില, ഇൻഡിഗൊ, കറുപ്പ്, പരുത്തി തുടങ്ങിയ തോട്ടങ്ങൾ ഉണ്ടാക്കി. അസംസ്കൃത വിഭവങ്ങൾ ട്രാൻസ്പോർട്ട് ചെയ്യാൻ അവർ തീവണ്ടിയും തുറമുഖവും സ്ഥാപിച്ചു. ജൂട്ട് ശാലകൾ കല്ക്കത്തയിലാകെ സ്ഥാപിതമായി. അഹമ്മദാബാദിലും ബോംബെയിലും കൈത്തറി വ്യവസായം വികസിച്ചു. അതിന്റെ ഫലമായി ഇന്ത്യയിൽ പുതിയ തൊഴിലാളിവർഗ്ഗം നിലവിൽ വന്നു. തൊഴിലാളികൾ കുറഞ്ഞ കൂലിയാലും നിയന്ത്രണമില്ലാത്ത ജോലിസമയത്താലും മോശപ്പെട്ട താമസസൗകര്യത്താലും മുതലാളിമാരുടെ നിഷ്ഠുരതയാലും കഷ്ടത്തിലായിരുന്നു. ഈ അവസ്ഥക്കെതിരെ പ്രതിഷേധം അനിവാര്യമായി. ആദ്യമൊക്കെ അവർക്ക് സാധിക്കുന്ന രീതിയിൽ പ്രതിഷേധിച്ചു. അധികം താമസിയാതെ അവർ തൊഴിലാളി സംഘടനകൾ കെട്ടിപ്പടുത്തു. കാലക്രമേണ സ്വാതന്ത്ര്യ സമരവും തൊഴിലാളി സമരവും അടുക്കുകയും സ്വാതന്ത്ര്യസമരത്തിൽ തൊഴിലാളികൾ നിർണ്ണായക പങ്ക് വഹിക്കുകയും ചെയ്തു. വിദ്യാർത്ഥികളും യുവജനങ്ങളും സ്ത്രീകളും സമരത്തിലേക്ക് കുതിച്ചിറങ്ങി.

വിലമതിക്കാനാവാത്ത സമരാനുഭവങ്ങളുമായി ദക്ഷിണാഫ്രിക്കയിൽനിന്ന് മഹാത്മാഗാന്ധി ഇന്ത്യയിലെത്തി. ചമ്പാരനിലെ ഇൻഡിഗൊ കർഷക സമരത്തിന്റെയും ഘേടയിൽ കരം ഈടാക്കുന്നതിനെതിരെയുള്ള പ്രതിഷേധത്തിന്റെയും അഹമ്മദാബാദിൽ തൊഴിൽ സമരത്തിന്റെയും നേതൃത്വം ഏറ്റെടുത്തു. ദേശീയതലത്തിൽ ശ്രദ്ധ നേടിയ ഈ സമരങ്ങൾ ദേശീയ നേതാവായി ഗാന്ധിജിയെ ഉയർത്തി. അനന്തരം ദേശത്താകെ ജനകീയ സമരങ്ങൾ ഉയർന്നുവന്നു. നിസ്സഹകരണം, നിയമ ലംഘനം, ഉപ്പുസത്യഗ്രഹം, വിദേശ ഉല്പന്ന ബഹിഷ്കരണം, ക്വിറ്റ് ഇന്ത്യാ സമരം മുതലായ സമര മാർഗ്ഗങ്ങൾ ബ്രിട്ടീഷുകാർ ഇന്ത്യ വിടാനുള്ള സാഹചര്യം ഉണ്ടാക്കി. അവസാനം 1947 ആഗസ്ത് 15 ന് ഇന്ത്യ സ്വാതന്ത്ര്യം നേടി.

ഭാഗം 5

ഇന്ത്യൻ ഭരണഘടനാ നിർമ്മിതി

സ്വാതന്ത്ര്യസമര വാഗ്ദാനങ്ങളുടെ പൂർത്തീകരണവും അതോടൊപ്പം ദേശം നേരിടുന്ന മറ്റു പ്രശ്നപരിഹാര സമന്വയവും ഭരണഘടനാ നിർമ്മാതാക്കൾക്ക് വെല്ലുവിളി ആയിരുന്നു.

5.1 ഭരണഘടനാ നിർമ്മാണസഭ

ഇന്ത്യൻ ഭരണഘടനയുടെ ചരിത്രം തുടങ്ങുന്നത് 20 - ാം നൂറ്റാണ്ടിലാണ്. ബ്രിട്ടീഷ് കൗൺസിലിന്റെ നിയമങ്ങൾ ഇന്ത്യൻ ഭരണഘടനയുടെ അടിത്തറയുടെ ആദ്യരേഖകളാണ്. ഇന്ത്യയുടെ ഭരണത്തിനായി ബ്രിട്ടീഷ് പാർലമെന്റ് പാസാക്കിയ നിയമങ്ങൾ ഉണ്ടായിരുന്നു. ഈ സഭയിലേക്കുയർത്തപ്പെട്ട ഇന്ത്യക്കാർ പിന്നീട് മെച്ചപ്പെട്ട നിയമങ്ങൾക്കായി മുറവിളി കൂട്ടി. 1920 ൽ മോത്തിലാൽ നെഹ്രുവും മറ്റു നേതാക്കളും "ഇന്ത്യക്ക് തനതായി ഭരണഘടന വേണമെന്നും അത് ഇന്ത്യക്കാർ തന്നെ രചിക്കണമെന്നും" ആവശ്യപ്പെട്ടു. 1928 ൽ മോത്തിലാൽ നെഹ്രുവിന്റെ നേതൃത്വത്തിൽ ഇന്ത്യക്കുവേണ്ടി ഭരണഘടന ഉണ്ടാക്കി. അത് "നെഹ്രു റിപ്പോർട്ട്" എന്ന പേരിൽ അറിയപ്പെടുന്നു. ആ റിപ്പോർട്ട് മൗലിക അവകാശങ്ങളും പാർലമെന്റ് സംവിധാനവും സാർവ്വത്രിക പ്രായപൂർത്തി വോട്ടവകാശവും ഭാഷാടിസ്ഥാനത്തിലെ രാജ്യങ്ങളും സ്വതന്ത്ര ന്യായാലയവും ശുപാർശ ചെയ്തു. എന്നാൽ ബ്രിട്ടീഷ് സർക്കാർ ഈ നെഹ്രു റിപ്പോർട്ട് തള്ളിക്കളയുകയാണ് ചെയ്തത്. അങ്ങനെ അത് താളുകളിൽ ഒതുങ്ങി.

1933 ൽ ജവാഹർലാൽ നെഹ്രുവും ഇന്ത്യൻ ഭരണഘടനയ്ക്കായി നിവേദനം സമർപ്പിച്ചു. തെരഞ്ഞെടുത്ത ഇന്ത്യക്കാർ മാത്രമുള്ള സമിതി

ആയിരിക്കണം ഭരണഘടന രചിക്കാനെന്ന ഉപാധിയും ഉന്നയിച്ചു. ഈ ആവശ്യം സമർത്ഥിച്ച് 1934 ൽ കോൺഗ്രസ് പ്രവർത്തക സമിതി ഭരണഘടന സമിതിയെ തെരഞ്ഞെടുക്കാനൊരു രൂപരേഖ അംഗീകരിച്ചു. ബ്രിട്ടീഷ് സർക്കാർ അത് തത്ത്വത്തിൽ അംഗീകരിച്ചെങ്കിലും രണ്ടാം ലോക മഹായുദ്ധത്തിന്റെ മറവിൽ അത് പ്രാവർത്തികമാക്കിയില്ല.

രണ്ടാം ലോക മഹായുദ്ധത്തിനുശേഷം 1945 ൽ ഇംഗ്ലണ്ടിൽ നടന്ന പൊതു തിരഞ്ഞെടുപ്പിൽ ലേബർ പാർട്ടി അധികാരത്തിൽ വന്നു. ക്ലെമന്റ് ആറ്റ്ലി പ്രധാനമന്ത്രിയായി. അദ്ദേഹം 1946 ൽ ഇന്ത്യക്ക് സ്വാതന്ത്ര്യം നല്കാമെന്ന ഉറപ്പ് നല്കുകയും അതിന്റെ പൂർത്തീകരണത്തിനായി നിയമനിർമ്മാണ സഭ രൂപീകരിക്കാനുള്ള അനുവാദം നല്കുകയും ചെയ്തു. അതനുസരിച്ച് 1946 ൽ തന്നെ 389 നേതാക്കൾ അടങ്ങുന്ന സഭ തെരഞ്ഞെടുക്കപ്പെട്ടു. (പിന്നീട് ഈ സഭയുടെ അംഗബലം 272 ആയി കുറച്ചു). ഈ സമിതിയിൽ പ്രധാന രാഷ്ട്രീയ നേതാക്കൾ, കോൺഗ്രസ് പാർട്ടി അംഗങ്ങൾ, കമ്യൂണിസ്റ്റുകൾ, സോഷ്യലിസ്റ്റുകൾ, വ്യവസായികൾ, തൊഴിലാളി യൂണിയൻ പ്രതിനിധികൾ എല്ലാവരും, രാഷ്ട്രീയ ആർത്ഥിക വീക്ഷണമുള്ളവർ, വിവിധ മതക്കാർ - ഹിന്ദുക്കൾ, മുഹമ്മദീയർ, ക്രൈസ്തവർ, പാഴ്സികൾ, അഗ്നോസ്റ്റുകൾ, വിവിധ സാമൂഹ്യവർഗ്ഗങ്ങൾ - പട്ടിക ജാതിക്കാർ, ഗിരി വർഗ്ഗക്കാർ അങ്ങനെ എല്ലാ വിഭാഗങ്ങളും ഉൾപ്പെട്ടിരുന്നു.. നിയമനിർമ്മാണ സഭാംഗങ്ങൾ ബാബു രാജേന്ദ്ര പ്രസാദിനെ അതിന്റെ അദ്ധ്യക്ഷനായി തെരഞ്ഞെടുത്തു.

5.2 ഭരണഘടനാനിർമ്മാതാക്കളെ സ്വാധീനിച്ച മുഖ്യ ഘടകങ്ങൾ

5.2.1 1776 ലെ അമേരിക്കയിലെ സ്വാതന്ത്ര്യ പ്രഖ്യാപനം, "എല്ലാ മനുഷ്യരും സമന്മാരായാണ് സൃഷ്ടിക്കപ്പെട്ടത്;" 1917 ലെ റഷ്യൻ വിപ്ലവ പ്രഘോഷണം, "ഓരോരുത്തരിൽനിന്നും കഴിവിനൊത്ത്, ഓരോരുത്തർക്കും ആവശ്യത്തിനൊത്ത്" കൂടാതെ 1948 ലെ ഐക്യരാഷ്ട്രസഭയുടെ "വ്യക്തിസ്വാതന്ത്ര്യ" വിളംബരം.

5.2.2 അമേരിക്ക, ഫ്രാൻസ്, ജർമ്മനി, ആസ്ട്രേലിയ, സോവ്യറ്റ് റഷ്യ, കാനഡ, അയർലന്റ് എന്നീ ദേശങ്ങളിലെ നിലവിലുള്ള ഭരണഘടനകളുടെ ഉൽകൃഷ്ട അംശങ്ങൾ.

5.2.3 നമ്മൾ സ്വാതന്ത്ര്യ സമരത്തിൽ അഭിമുഖീകരിച്ച നിരവധി പ്രശ്നങ്ങൾ. ഈ പ്രശ്നങ്ങൾക്ക് ജനങ്ങൾ കണ്ട നിവാരണ മാർഗ്ഗങ്ങൾ ദേശീയപ്രക്ഷോഭത്തിന്റെ ലക്ഷ്യങ്ങളായി. ആ ലക്ഷ്യങ്ങളുടെ സാക്ഷാൽക്കാരം ഭരണഘടനാ നിർമ്മാതാക്കളുടെ കടമയായി. ഉദാഹരണങ്ങൾ (ചോദ്യോത്തര രൂപത്തിൽ):

അ. ബ്രിട്ടീഷുകാരെ പുറത്താക്കിയാൽ ആർക്കാണ് അധികാരം കൈമാറേണ്ടത്? ഗാന്ധിജിയെ സമ്രാട്ടായും ജവാഹർലാൽ

നെഹ്രുവിനെ ചക്രവർത്തിയുമായും അവരോധിക്കണമോ?

ഉത്തരം: സമ്രാട്ടോ ചക്രവർത്തിയോ രാജാവോ മഹാരാജാവോ നമുക്കു വേണ്ടാ. ഫ്യൂഡൽ സമ്പ്രദായം അവസാനിപ്പിക്കണം. രാഷ്ട്രീയ അധികാരം ജനങ്ങളുടെ കൈകളിലാകണം. ദേശീയ സമരത്തിന്റെ മുഖ്യ ലക്ഷ്യം റിപ്പബ്ലിക്സ്ഥാപിക്കുക എന്നതാണ്.

ആ. ഭൂരിപക്ഷംവരുന്ന ഹിന്ദുക്കളെ മാനിച്ച് ഇന്ത്യയെ ഒരു ഹിന്ദുരാഷ്ട്രമായി പ്രഖ്യാപിക്കണോ?

ഉത്തരം: ഈ ദേശത്തിന്റെ ചരിത്രം എല്ലാ ജാതി മത ഭാഷാ വിഭാഗത്തിൽ പെട്ടവരും തോളോടു തോളുരുമ്മിയാണ് ബ്രിട്ടീഷ് അധിനിവേശത്തിനെതിരെ പൊരുതിയത്. എല്ലാ മതങ്ങളും സഹവർത്തിത്വത്തോടെയാണ് ഈ ദേശത്തെ സഹസ്രാബ്ദങ്ങളിലൂടെ പടുത്തുയർത്തിയത്. ആയതിനാൽ നമുക്കൊരു ഹിന്ദുരാഷ്ട്രമോ മുസ്ലീംരാഷ്ട്രമോ ക്രൈസ്തവരാഷ്ട്രമോ സിഖുരാഷ്ട്രമോ വേണ്ടാ. പകരം നമുക്കുവേണ്ടത് ജാതിരഹിത മതനിരപേക്ഷ രാഷ്ട്രമാണ്. അങ്ങനെ മതനിരപേക്ഷ ജാതിരഹിത സമൂഹം നമ്മുടെ ഏറ്റവും അഭികാമ്യമായ സ്വാതന്ത്ര്യ സമര ലക്ഷ്യമായി.

ഇ. തോൾബലത്തിലാണോ ബുദ്ധിശക്തിയിലൂടെയാണോ അഥവാ പ്രതിഭയിലൂടെയാണൊ ദേശം ഭരിക്കപ്പെടേണ്ടത്?

ഉത്തരം: ഇവിടെ നിരവധി ജാതികളുണ്ട്. ഉയർന്ന ജാതി ഉപരിവർഗ്ഗമായും കീഴ്ജാതി അടിത്തട്ടിലെ വർഗ്ഗമായും മാറി. രാഷ്ട്രീയ സാമ്പത്തിക സാമൂഹിക സാംസ്കാരിക അസമത്വങ്ങൾ നിലനില്ക്കുന്നു. അസമത്വങ്ങളെ ഇല്ലാതാക്കി സമത്വം നടപ്പാക്കുക എന്നത് സ്വാതന്ത്ര്യ സമരത്തിന്റെ സ്വപ്നം ആയിരുന്നു. രാഷ്ട്രനിർമ്മാണ പ്രക്രിയയിൽ എല്ലാ ജാതിയിൽപ്പെട്ട കഴിവുള്ളവർ ഭാഗഭാക്കാകണമെന്നതാണ് അഭികാമ്യം. എന്തുകൊണ്ടെന്നാൽ സാമൂഹ്യ നീതി നമ്മുടെ സ്വാതന്ത്ര്യ സമരത്തിന്റെ ലക്ഷ്യമായിരുന്നു.

ശ്രീ. പ്രേം ബിഹാരി റെയ്സാദ സ്വന്തം മനോഹരമായ കൈയക്ഷരത്തിൽ ഭരണഘടനയിലെ എല്ലാ വാക്കുകളും എഴുതിവച്ചു. 479 പേജുകൾ പൂർത്തിയാക്കാൻ ആറു മാസങ്ങൾ എടുത്തു, അതിനായി 254 പേനാനിബ്ബുകളും ഉപയോഗിച്ചു. ഡൽഹിയിലെ സെന്റ് സ്റ്റീഫൻസൺ കോളേജ് ബിരുദധാരിയായ പ്രേം ബിഹാരി തന്നിൽ അർപ്പിച്ച ഉത്തരവാദിത്വത്തിൽ പുളകിതനായി ശമ്പളം പറ്റാതെയാണ് കൃത്യനിർവ്വഹണം നടത്തിയത്. എന്നാൽ എല്ലാ പേജുകളിലും തന്റെ പേരും അവസാന പേജിൽ തന്റെപേരിനൊപ്പം അപ്പൂപ്പന്റെ പേരും എഴുതിച്ചേർക്കണമെന്നാവശ്യപ്പെട്ടെന്നും അത് ജവാഹർലാൽ നെഹ്രു സമ്മതിച്ചുവെന്നുമാണ് ചരിത്രത്തിലൂടെ നാം അറിയുന്നത്.

ശ്രീ. നന്ദലാൽ ബോസ് ഭരണഘടനയ്ക്ക് സുന്ദര കലാസ്പർശം

നല്കി. രബീന്ദ്രനാഥ് ടാഗോറിന്റെ പ്രേരണയാൽ ശാന്തിനികേതനിൽ പ്രിൻസിപ്പാൾ ആയിരുന്നു ശ്രീ. നന്ദലാൽ. ദേശത്തെ മഹാചിത്രകലാകാരിലൊരാളായിരുന്ന ശ്രീ. നന്ദലാൽ തന്റെ ശിഷ്യരുടെ സഹകരണത്തോടെ ഭരണഘടനയെ കലാചിത്രങ്ങളിലൂടെ പ്രഫുല്ലമാക്കി. ഭാരതരത്ന ഉൾപ്പെടെ പല ദേശീയ പ്രശസ്തി ചിഹ്നങ്ങളും രൂപകല്പന ചെയ്തത് ശ്രീ. നന്ദലാലാണ്.

ഇ. തലസ്ഥാനമായ ഡൽഹിയിൽ സുശക്തമായ കേന്ദ്രസർക്കാർ സ്ഥാപിച്ച് അവിടെയിരുന്ന് ഈ ദേശം മൊത്തം ഭരിക്കണോ?

ഉത്തരം: ഓരോ പ്രവിശ്യയിലും വിവിധ ഭാഷയും സംസ്കാരവും പാരമ്പര്യവും ആചാരങ്ങളുമാണ് ഉള്ളത്. അത്തരം ദേശം ഒരൊറ്റ കേന്ദ്രീകൃത സർക്കാരിനാൽ ഭരിക്കപ്പെടുക എന്നത് സാദ്ധ്യമല്ല, ആശാസ്യവുമല്ല. ഓരോ ഭാഷാപ്രവിശ്യയും ഓരോ രാഷ്ട്രമായി പ്രഖ്യാപിതമായാൽ ഒരു അഖണ്ഡ ഭാരതവിളംബരം അസാദ്ധ്യമാകും. ആയതിനാൽ ശക്തമായ ഒരു കേന്ദ്ര സർക്കാരും ഭാഷാസംസ്ഥാനങ്ങളും എന്നു തീരുമാനിക്കപ്പെട്ടു. അങ്ങനെ ഒരു കൂട്ടായ്മ (ഫെഡറൽ) സംവിധാനം ദേശീയ പ്രസ്ഥാന ലക്ഷ്യമായി.

ഇന്ത്യ സ്വതന്ത്രമായാൽ പട്ടിണിയും സാമൂഹ്യതിന്മകളും ചൂഷണവും എല്ലാ അസമത്വങ്ങളും ഉന്മൂലനം ചെയ്യുമെന്ന് നമ്മുടെ നേതാക്കൾ സ്വാതന്ത്ര്യസമരത്തിൽ വാഗ്ദാനം നല്കിയിരുന്നു. കൂടാതെ കർഷകന് ഭൂമി, സാർവ്വത്രിക വിദ്യാഭ്യാസം, തൊഴിൽ, നിയമത്തിനു മുൻപിൽ തുല്യത ഇതെല്ലാം ലഭ്യമാക്കുമെന്ന ഉറപ്പും അവർ നല്കിയിരുന്നു. സ്വാതന്ത്ര്യം നേടിയപ്പോൾ നമ്മുടേത് ഒരു ദരിദ്രദേശമായിരുന്നു.

ദാരിദ്ര്യം, വിശപ്പ്, ഭക്ഷ്യവസ്തുശോഷണം, താഴ്ന്ന ജീവിതനിലവാരം, അടിസ്ഥാന സൗകര്യങ്ങളുടെ ദൗർലഭ്യം, അരക്ഷിതത്വം, മൗഢ്യത, തൊഴിലില്ലായ്മ തുടങ്ങിയ നിരവധി പ്രശ്നങ്ങൾ നമുക്ക് നേരിടേണ്ടി വന്നു. സാതന്ത്ര്യസമര വാഗ്ദാനങ്ങളുടെ പൂർത്തീകരണവും അതോടൊപ്പം ദേശം നേരിടുന്ന മറ്റു പ്രശ്നപരിഹാര സമന്വയവും ഭരണഘടനാ നിർമ്മാതാക്കൾക്ക് വെല്ലുവിളി ആയിരുന്നു. ആയതിനാലാണ് നിർബ്ബന്ധമായി നടപ്പാക്കേണ്ടതും (enforcible) സാഹചര്യത്തിനൊത്ത് നടപ്പാക്കേണ്ടതും (non-enforcible) എന്ന തരംതിരിവ് ഭരണഘടനയിലിടം നേടിയത്.

5.3 ഭരണഘടനാ കരട് അംഗീകരിക്കൽ

1946 ജൂലൈയിൽ നടന്ന തെരഞ്ഞെടുപ്പിൽ 289 അംഗങ്ങളെ ഭരണഘടനാ നിർമ്മാണസഭയിലേക്ക് തെരഞ്ഞെടുത്തു. ചില അഭിപ്രായഭിന്നതയാലും രാഷ്ട്രീയ നീക്കങ്ങളാലും മുസ്ലിം ലീഗ് അംഗങ്ങൾ വിട്ടുനിന്നു. അവരൊഴികെയുള്ള 272 അംഗങ്ങൾ 1946 ഡിസംബർ ആറിന് ആദ്യമായി സമ്മേളിച്ച് ഭരണഘടനാനിർമ്മാണത്തിനു തുടക്കമിട്ടു. ഒരു വർഷവും

രണ്ടു മാസവുമെടുത്ത് 1948 ഫെബ്രുവരി 21 ന് ഭരണഘടനയുടെ നക്കൽ പൊതുജന സമക്ഷം ചർച്ചയ്ക്കായി സമർപ്പിച്ചു.

പൊതുജനം അത് ചർച്ച ചെയ്ത് 7,635 ഭേദഗതികൾ നിർദ്ദേശിച്ചു. ഇതെല്ലാം പരിശോധിച്ച് വേണ്ടതെല്ലാം ഉൾപ്പെടുത്തി അന്തിമ കരട് 1949 നവംബർ 26 ന് ഇന്ത്യൻ സർക്കാരിനു സമർപ്പിച്ചു. ആ ചരിത്ര ദിനത്തിന്റെ സ്മരണയ്ക്കായി എല്ലാ വർഷവും നവംബർ 26 നിയമ ദിനമായി (Law Day) ആഘോഷിച്ചു പോന്നു. കഴിഞ്ഞ രണ്ടു വർഷമായി ഈ ദിവസം ഭരണഘടനാദിനമായി (Constitution Day) പുനഃപ്രഖ്യാപിതമായിരിക്കുന്നു. രണ്ടുവർഷവും പതിനൊന്നുമാസവും പതിനേഴു ദിവസത്തെയും കഠിനയത്നത്തിന്റെ ഫലമായി ലോകത്തിലെ ഏറ്റവും ബൃഹത്തായ ഭരണഘടന എഴുതപ്പെട്ടു.

ഭരണഘടന രചനാസമിതിയിലെ 272 അംഗങ്ങളിൽ ചിലരുടെ പങ്ക് വളരെ വലുതാണ്. ബാബാസാഹെബ് അംബേദ്കർ ദിവസവും 18 മണിക്കൂറിലധികം ഇതിനായി പണിയെടുത്തു. അംബേദ്കറുടെ സംഭാവനയെപ്പറ്റി ഇന്ത്യയുടെ പ്രഥമ രാഷ്ട്രപതി ഡോ.രാജേന്ദ്രപ്രസാദ് രേഖപ്പെടുത്തിയത് ഇങ്ങനെ:

“ഭരണഘടനാസമിതിയുടെ അദ്ധ്യക്ഷനെന്ന നിലയിൽ ദൈനംദിന പ്രവൃത്തികൾ ഞാൻ സസൂക്ഷ്മം നിരീക്ഷിച്ചിരുന്നു. കരടിന്റെ രചനാസമിതിക്ക് വിശേഷിച്ച് മറ്റാരെക്കാളും അതിന്റെ അദ്ധ്യക്ഷനായ ഡോ.ബി ആർ അംബേദ്കർക്ക് അദ്ദേഹത്തിന്റെ കർത്തവ്യത്തിലെ ശുഷ്കാന്തിക്കും അർപ്പണനിഷ്ഠയ്ക്കും ഞാനെന്റെ കൃതജ്ഞത രേഖപ്പെടുത്തുന്നു. ഞങ്ങളെടുത്ത ഏറ്റവും സ്തുത്യർഹമായ തീരുമാനം ഡോ. ബി ആർ അംബേദ്കറെ ഭരണഘടനാ കരടു സമിതിയുടെ അദ്ധ്യക്ഷനാക്കിയതാണ്.”

ഭരണഘടനാ സമിതിയുടെ ഉപാദ്ധ്യക്ഷനും കരടു രചനാ സമിതി അംഗവും ആയിരുന്ന ശ്രീ. കൃഷ്ണമാചാരി പറയുന്നു:

“ഈ ഏഴംഗ സമിതിയിലെ ഒരംഗം രാജിവച്ചതും ആ സ്ഥാനത്ത് മറ്റൊരംഗം വന്നതും ഈ സഭ ഓർക്കുന്നുണ്ടാകും. എന്നാൽ മരണമടഞ്ഞ മറ്റൊരംഗത്തിന്റെ വിടവ് നികത്തിയതേയില്ല. വേറൊരംഗം സദാ സമയവും അമേരിക്കയിലായിരുന്നു. പിന്നൊരാൾ രാജ്യഭരണത്തിൽ മുഴുകി. ഒന്നുരണ്ട് പേർ ആരോഗ്യ കാരണത്താൽ ഡൽഹിക്കു പുറത്തായിരുന്നു. ഭരണഘടനാ കരട് ഉണ്ടാക്കുന്ന ചുമതല അംബേദ്കറുടെ ചുമലിലായി, ആ കർത്തവ്യം അദ്ദേഹം നിറവേറ്റിയ രീതി സ്തുത്യർഹമാണ്, അതിന് കലവറയില്ലാത്ത നിതാന്ത കടപ്പാട് നമുക്കെല്ലാം അദ്ദേഹത്തോടുണ്ടാകണം.”

1947 ആഗസ്ത് 15 ന് ബ്രിട്ടീഷുകാരിൽനിന്ന് സ്വതന്ത്രമായ ഇന്ത്യ 1950 ജനുവരി 26 ന് ലോകത്തിലെ ഏറ്റവും ബൃഹത്തായ എഴുതപ്പെട്ട ഭരണഘടന നിലവിൽ വന്നതോടെ ഒരു റിപ്പബ്ലിക് അഥവാ ഗണതന്ത്ര രാഷ്ട്രമായി. സമ്പൂർണ്ണ സ്വരാജ്യത്തിനായുള്ള സമരത്തിനു തുടക്കം

കുറിച്ച 1930 ലെ ജനുവരി 26 ന്റെ സ്മരണാർത്ഥം 1950 ജനുവരി 26 ന് ഭരണഘടന പ്രാബല്യത്തിലാക്കി.

1949 നവംബർ 25 ന് ഭരണഘടനയുടെ കരട് അംഗീകരിച്ചു. ഹിന്ദിയിലും ഇംഗ്ലീഷിലുമുള്ള പ്രതികളിൽ 284 അംഗങ്ങൾ 1950 ജനുവരി 24 ന് ഒപ്പുവെച്ചു. ഒപ്പുവെച്ചവരിൽ 15 പേർ മഹിളകൾ ആയിരുന്നു. ഈ രണ്ടു തനതുരേഖകളും പാർലമെന്റ് ലൈബ്രറിയിലെ ഭണ്ഡാരത്തിൽ സൂക്ഷിച്ചിരിക്കുന്നു.

1950 ജനുവരി 26 ന് ഭരണഘടന നിലവിൽ വന്നു. 1930 ജനുവരി 26 നു നടന്ന പൂർണ്ണ സ്വരാജ് ആന്ദോളനത്തിന്റെ സ്മരണാർത്ഥം ആ ദിവസം റിപ്പബ്ലിക് ദിനമായി പ്രഖ്യാപിതമായി.

1949 നവംബർ 25 ന് കരടുസമിതിയുടെ അദ്ധ്യക്ഷൻ ഡോ. ബി ആർ അംബേദ്കർ ഭരണഘടനാ നിർമാണസഭയുടെ അദ്ധ്യക്ഷൻ ഡോ. രാജേന്ദ്ര പ്രസാദിന് ഭരണഘടനയുടെ അന്തിമ കരട് നല്കുന്നു

ഭരണഘടനാ നിർമ്മാണസഭാംഗങ്ങളായി അതിന്റെ രചനയിൽ പങ്കാളികളായ പതിനഞ്ച് മഹിളകൾ

സ്വാതന്ത്ര്യ സമരത്തിൽ വലിയ പങ്കുവഹിച്ച ഈ മഹിളകൾ ശൈശവ വിവാഹം, വൈധവ്യം, ഗാർഹികപീഡനം, ഹിംസ, സാമ്പത്തി കശോഷണം, ജാതീയ അടിച്ചമർത്തൽ അങ്ങനെയുള്ളതിനെയെല്ലാം അതിജീവിച്ചവരാണ്.

മുൻനിരയിൽ: സുചേത കൃപലാനി (പഞ്ചാബ്), ഹൻസാ ജിവരാജ് മേഹ്താ (മുംബൈ പ്രവിശ്യ), രാജകുമാരി അമൃത് കൗർ (ഉത്തർ പ്രദേശ്), പൂർണ്ണിമാ ബാനർജി, അമ്മു സ്വാമിനാഥൻ (കേരളം).

പിൻനിരയിൽ: ദുർഗാഭായി ദേശ്മുഖ് (ആന്ധ്ര പ്രവിശ്യ), രേണുക റായ്, ആനി മസ്കരേൻസ്(കേരളം), ബേഗം അജാസ് റസൂൾ (പഞ്ചാബ് പ്രവിശ്യ), ലീലാ റായ്(ബംഗാൾ), ദാക്ഷായണി വേലായുധൻ (കേരളം).

ഗ്രൂപ് ചിത്രത്തിലില്ലാത്തവർ:

വിജയലക്ഷ്മി, കമലാ, ചൗധരിമാലതി, ചൗധരിസരോജനി
പണ്ഡിറ്റ്, (ഉത്തർ പ്രദേശ്) (ബിഹാർ)നായിഡു.

ഭാഗം 6

നമ്മുടെ ഭരണഘടനയിൽ എന്തുണ്ട്?

മതനിരപേക്ഷതയും ജാതിരഹിതത്തവും അനുശാസിക്കുന്നത്
മതത്തെ രാഷ്ട്രീയത്തിൽനിന്ന് മാറ്റിനിർത്തുകയെന്നതാണ്.

ഇന്ത്യൻ ഭരണഘടനയിൽ 25 അദ്ധ്യായങ്ങളും 448 ൽ പരം അനുച്ഛേദങ്ങളും 12 പട്ടികകളുമാണുള്ളത്. ഓരോ അദ്ധ്യായവും നിശ്ചിത വിഷയം പ്രതിപാദിക്കുന്നു. ഓരോ അദ്ധ്യായത്തിലും കുറെ അനുച്ഛേദങ്ങളുണ്ട്.

ഇന്ത്യൻ ഭരണഘടന
(സമാഹരണം: ജൂലൈ 31, 2018)

ക്രമ സംഖ്യ	*അദ്ധ്യായം*	*അനുച്ഛേദം*	*വിഷയം*
1	I	1-4	കേന്ദ്രവും സംസ്ഥാനങ്ങളും
2	II	5-11	പൗരത്വം
3	III	12-35	അടിസ്ഥാന അവകാശങ്ങൾ
4	IV	36-51	രാജ്യനീതിയുടെ നിർദ്ദിഷ്ട തത്ത്വങ്ങൾ
5	IVA	51 A	മൗലിക കർത്തവ്യങ്ങൾ
6	V	52-151	യൂണിയൻ നിയമസഭ, ഭരണം, നീതിന്യായ വ്യവസ്ഥ
7	VI	152-237	സംസ്ഥാനങ്ങൾ, നിയമസഭകൾ, ഉന്നത ന്യായാലയങ്ങൾ, സർക്കാരുകൾ
	VII	238	ഒന്നാം പട്ടികയിലെ പാർട്ട് B സംസ്ഥാനങ്ങൾ

8	VIII	239-242	യൂണിയൻ പ്രദേശങ്ങൾ
9	IX	243-243O	പഞ്ചായത്തുകൾ
10	IXA	243-243ZG	മുനിസിപ്പാലിറ്റികൾ
11	IXB	243ZH243ZT	സഹകരണ സംഘങ്ങൾ
12	X	244-244A	അനുസൂചിത-ഗിരിവർഗ്ഗ പ്രദേശങ്ങൾ
13	XI	245-263	യൂണിയൻ-സംസ്ഥാന ബന്ധങ്ങൾ
14	XII	264-300	അസമ്പത്ത്, സ്വത്ത്, കരാറുകൾ, വ്യവഹാരങ്ങൾ
15	XIII	301-307	ആഭ്യന്തരവാണിജ്യം, കച്ചവടം, വ്യവഹാരം
16	XIV	308-323	യൂണിയനിലെയും സംസ്ഥാനങ്ങളിലെയും സേവനങ്ങൾ
17	XIVA	323A-323B	വ്യവഹാര സമിതികൾ (Tribunals)
18	XV	324-329A	തിരഞ്ഞെടുപ്പുകൾ
19	XVI	330-342	നിർദ്ദിഷ്ട വർഗ്ഗങ്ങളെ സംബന്ധിച്ച വിശേഷപരിഗണനകൾ
20	XVII	343-351	ഔദ്യോഗികഭാഷ, പ്രാദേശിക ഭാഷ, കോടതിഭാഷ,
21	XVIII	352-360	അടിയന്തരസംവിധാനങ്ങൾ
22	XIX	361-367	പലവക
23	XX	368	ഭരണഘടനാഭേദഗതി
24	XXI	369-392	താല്ക്കാലികവും കാലികവുമായ വിശേഷ പരിഗണനകൾ
25	XXII	393-395	പേര്, സേവനം, നിയതി പിൻവലിക്കൽ

നമ്മുടെ ഭരണഘടനയിൽ 12 പട്ടികകൾ ഉണ്ട്. ഓരോ പട്ടികയും വ്യത്യസ്ത വിഷയം പ്രതിപാദിക്കുന്നു. അതിന്റെ വിശദാംശങ്ങൾ:

ക്രമസംഖ്യ	*വിഷയം*
ഒന്ന്	സംസ്ഥാനങ്ങളും കേന്ദ്രഭരണ പ്രദേശങ്ങളും
രണ്ട്	പ്രസിഡന്റ്; ഗവർണർമാർ; നിയമനിർമ്മാണ സഭാദ്ധ്യക്ഷൻ, ഉപാദ്ധ്യക്ഷൻ; നിയമനിർമ്മാണ കൗൺസിലിന്റെ അദ്ധ്യക്ഷൻ, ഉപാദ്ധ്യക്ഷൻ എന്നിവരെ സംബന്ധിക്കുന്ന കാര്യങ്ങൾ
മൂന്ന്	സത്യപ്രതിജ്ഞാ മാതൃകകൾ
നാല്	കൗൺസിൽ അഥവാ രാജ്യസഭയിലെ അംഗവിഹിതം

അഞ്ച്	പട്ടികജാതി, പട്ടികവർഗ്ഗ പ്രദേശങ്ങളുടെ ഭരണവും നിയന്ത്രണവും സംബന്ധിച്ച കാര്യങ്ങൾ
ആറ്	ആസാം, മേഘാലയ, ത്രിപുരാ, മിസോറം എന്നിവിടങ്ങളിലെ ഗിരിവർഗ്ഗ പ്രദേശങ്ങളെ സംബന്ധിക്കുന്ന കാര്യങ്ങൾ
ഏഴ്	ലിസ്റ്റ് I - യൂണിയൻ ലിസ്റ്റ് ലിസ്റ്റ് II - സംസ്ഥാന ലിസ്റ്റ് ലിസ്റ്റ് III - സങ്കര (concurrect) ലിസ്റ്റ്
എട്ട്	അംഗീകരിച്ച ഭാഷകളുടെ ലിസ്റ്റ്
ഒൻപത്	ചില നിയമങ്ങളുടെയും നിയന്ത്രണങ്ങളുടെയും സാധുതകൾ
പത്ത്	കൂറുമാറ്റത്താൽ അയോഗ്യരാകുന്നതിനെപ്പറ്റിയുള്ള കാര്യങ്ങൾ
പതിനൊന്ന്	പഞ്ചായത്തുകളുടെ അധികാരം, അവകാശം, കർത്തവ്യം
പന്ത്രണ്ട്	മുനിസിപ്പാലിറ്റി മുതലായവയുടെ അധികാരം, അവകാശം, കർത്തവ്യം

ഇന്ത്യയിൽ ഭരണഘടന പരമപ്രധാനമാണ്. മൗലിക തത്വങ്ങളേയും ലക്ഷ്യങ്ങളേയും ആദർശങ്ങളേയും പ്രതിപാദിക്കുന്നതാണ് ആമുഖം (Preamble).

ഇന്ത്യൻ ഭരണഘടന
ആമുഖം

നമ്മൾ, ഇന്ത്യയിലെ ജനങ്ങൾ, ഇന്ത്യയെ ഒരു പരമാധികാര, സ്ഥിതിസമത്വ, മതനിരപേക്ഷ, ജനാധിപത്യ റിപ്പബ്ലിക്കായി സംവിധാനം ചെയ്യുന്നതിനും ഭാരതത്തിലെ എല്ലാ പൗരർക്കും സാമൂഹികവും സാമ്പത്തികവും രാഷ്ട്രീയവുമായ നീതി, ചിന്ത, ആശയാവിഷ്കാരം, വിശ്വാസം, ഭക്തി, ആരാധന എന്നിവയ്ക്കുള്ള സ്വാതന്ത്ര്യം, സ്ഥാനമാനങ്ങൾ, അവസരങ്ങൾ, എന്നിവയിലുള്ള സമത്വം എന്നിവ ഉറപ്പുവരുത്തുന്നതിനും വ്യക്തിയുടെ സ്വാഭിമാനവും രാഷ്ട്രത്തിന്റെ ഐക്യവും അഖണ്ഡതയും ഉറപ്പുവരുത്തുന്ന സാഹോദര്യം എല്ലാവരിലും വളർത്തുന്നതിനും ദൃഢനിശ്ചയം ചെയ്തുകൊണ്ട് നമ്മുടെ ഭരണഘടനാസഭയിൽവച്ച്, 1949 നവംബറിന്റെ ഈ ഇരുപത്താറാംദിവസം, ഈ ഭരണഘടനയെ അംഗീകരിക്കുകയും നമുക്കായിത്തന്നെ സമർപ്പിക്കുകയും ചെയ്യുന്നു.

അധികാരത്തിന്റെ ഉറവിടം ജനങ്ങളാണെന്ന ദർശനമാണ് ഈ ആമുഖത്തിലൂടെ വ്യക്തമാകുന്നത്. ഇന്ത്യ ഒരു സ്വതന്ത്ര പരമാധികാര രാഷ്ട്രമാകുന്നു. അതൊരു സമത്വ ദർശനമുള്ള (socialist) മതനിരപേക്ഷമായ ജനാധിപത്യ ഗണതന്ത്രരാജ്യമായിരിക്കുന്നു. ഏവർക്കും സാമൂഹ്യ സാമ്പത്തിക രാഷ്ട്രീയ നീതി പ്രദാനം ചെയ്യുന്നതാണ് നമ്മുടെ ലക്ഷ്യം. ഏവർക്കും ചിന്താസ്വാതന്ത്ര്യവും ആശയപ്രചാരണസ്വാത

ന്ത്ര്യവും വിശ്വാസ, പ്രാർത്ഥനാ സ്വാതന്ത്ര്യവും അവസരങ്ങളിലും പൗരത്വത്തിലും തുല്യതയും ഉറപ്പാക്കുകയും വ്യക്തിയുടെ ആത്മാഭിമാനവും സാഹോദര്യവും മാനിച്ചുകൊണ്ട് രാഷ്ട്രത്തിന്റെ ഐക്യവും അഖണ്ഡതയും പരിരക്ഷിക്കുക എന്നതും നമ്മുടെ സർവ്വപ്രധാന കർത്തവ്യമാകുന്നു.

ഭരണഘടനയിലെ 5 മുതൽ 11 വരെയുള്ള അദ്ധ്യായങ്ങൾ പൗരത്വത്തിനെക്കുറിച്ചാണ് പ്രതിപാദിക്കുന്നത്. സംസ്ഥാനം, യൂണിയൻ എന്നീ രണ്ടു സർക്കാരുകൾ ഉണ്ടെങ്കിലും ജനത്തിന് ഒരേയൊരു പൗരത്വമേയുള്ളു. ലോകത്തിലെ ചില ദേശങ്ങളിൽ ദ്വിത്വ പൗരത്വം നിലവിലുണ്ട്. ഉദാഹരണത്തിന് അമേരിക്കയിൽ രണ്ടുതരം പൗരത്വമാണുള്ളത്. ഇന്ത്യൻ പൗരത്വത്തിനർഹതയുള്ളവർ: (i)ഇന്ത്യാനിവാസികൾ, (ii) ഇന്ത്യയിൽ ജനിച്ചവർ, (iii) ഇന്ത്യയിൽ പിറന്ന (രക്ഷാകർത്താക്കളിൽ) ഒരാളുടെയെങ്കിലും മകനോ മകളോ, (iv)ഭരണഘടന നിലവിൽ വരുമ്പോൾ അഞ്ചുവർഷം ഇന്ത്യയിൽ വസിച്ചവർ.

മറ്റേതെങ്കിലും ദേശത്ത് പൗരത്വം സ്വീകരിച്ചവർക്ക് ഇന്ത്യൻ പൗരത്വം നഷ്ടമാകും. തെറ്റായ വിവരങ്ങൾ വഴി പൗരത്വം നേടിയവരുടെയും രാഷ്ട്രത്തോട് കൂറുപുലർത്താത്തവരുടെയും ശത്രുരാഷ്ട്ര വിനിമയത്തിനിടയിൽ പിടിക്കപ്പെട്ടവരുടെയും ഏഴുവർഷം തുടർച്ചയായി രാജ്യത്തിനു പുറത്ത് വസിക്കുന്നവരുടെയും പൗരത്വം ഇന്ത്യൻ ഗവണ്മെന്റിന് റദ്ദുചെയ്യാവുന്നതാണ്.

സംസ്ഥാനത്തിന്റെയും യൂണിയന്റെയും സംയുക്തവും വെവ്വേറെയുമായ പ്രവർത്തന മേഖലകൾ നമ്മുടെ ഭരണഘടന തരംതിരിച്ച് വിവക്ഷിച്ചിട്ടുണ്ട്. സ്വതന്ത്രമായി പ്രവർത്തിക്കുന്ന നിയമസഭയും എക്സിക്യൂട്ടീവും നീതിന്യായവ്യവസ്ഥയും പടുത്തുയർത്തുവാനുള്ള മാർഗ്ഗങ്ങൾ അതിലുണ്ട്. ജനാധിപത്യ സർക്കാരുണ്ടാക്കാനവസരം അതിൽ നിക്ഷിപ്തമാണ്. ഈ വ്യവസ്ഥയിൽ ജനങ്ങൾക്ക് പ്രതിനിധികളെ തെരഞ്ഞെടുക്കുവാനും ഉചിതമായ സർക്കാരുണ്ടാക്കി അവർവഴി ഭരണനിർവ്വഹണം നടത്താനുമാകും. റിപ്പബ്ലിക്കിൽ രാഷ്ട്രനേതാക്കൾക്ക് രാജ്യം ഭരിക്കാൻ ജന്മാവകാശമില്ല. ഇവിടെ ജനങ്ങൾ ഒരു നിശ്ചിതകാലത്തേക്ക് അവരുടെ നേതാക്കളെ തെരഞ്ഞെടുക്കുന്നു. നമ്മുടെ ഭരണഘടന വിഭാവനംചെയ്യുന്നത് പാർലമെന്റ് രീതിയിലുള്ള സർക്കാരാണ്. ലോകസഭയും രാജ്യസഭയും ഉൾപ്പെടുന്ന പാർലമെന്റിനാണ് സർവ്വാധികാരം. ഭൂരിപക്ഷം സാമാജികരുള്ള പാർട്ടിയിൽനിന്ന് മന്ത്രിസഭാംഗങ്ങൾ നിയോഗിക്കപ്പെടുന്നു. മന്ത്രിസഭയുടെ നേതാവായ പ്രധാനമന്ത്രി പാർലമെന്റുമായി ഉത്തരവാദിത്വം നിറവേറ്റുന്നു. അതേരീതിയിൽ വിധാനസഭയും സംസ്ഥാന മന്ത്രിസഭയും പ്രവർത്തിക്കുന്നു.

ഇന്ത്യൻ നീതിന്യായ വ്യവസ്ഥയിൽ ഉന്നതപദവി സുപ്രീം കോടതിക്കാണ്. സംസ്ഥാനങ്ങളിൽ ഹൈക്കോടതികളും, ഡിസ്ട്രിക്കുകളിൽ ഡിസ്ട്രിക്ട് കോടതികളും താലൂക്ക് കേന്ദ്രങ്ങളിൽ ക്രിമിനൽ കോടതികളും സിവിൽ കോടതികളും ക്രമീകരിക്കപ്പെടുന്നു. നമ്മുടെ നീതിന്യായ വ്യവസ്ഥ സ്വതന്ത്രമാണ്. ജനങ്ങളുടെസ്വാതന്ത്ര്യം കാത്തുസൂക്ഷി

ക്കാനുള്ള മഹത്തായ കടമ അതിൽ നിക്ഷിപ്തമാണ്. ഭരണഘടന പ്രദാനം ചെയ്യുന്ന ജനങ്ങളുടെ മൗലിക അവകാശങ്ങൾ കോടതി സംരക്ഷിക്കുന്നു. നിയമസഭകൾ നിർമ്മിക്കുന്ന ഭരണഘടനാവിരുദ്ധമായ നിയമങ്ങൾ നിരാകരിച്ച് ഭരണഘടനയെ സംരക്ഷിക്കുന്ന കടമയും അതു നിർവ്വഹിക്കുന്നു. തെറ്റായതോ നിയമപരമായി നിഷിദ്ധമായതോ സ്വജനപക്ഷപാത സ്വഭാവമുള്ളതോ ആയ എക്സിക്യൂട്ടീവിന്റെ പ്രവൃത്തികളെ റദ്ദാക്കി അത് നിയമവാഴ്ചയെ നിലനിർത്തുന്നു.

നമ്മുടേത് ഒരു മതനിരപേക്ഷവും ജാതിരഹിതവുമായ രാഷ്ട്രമാണെന്ന് ഭരണഘടന നമ്മെ ഉദ്ബോധിപ്പിക്കുന്നു. മതനിരപേക്ഷതയും ജാതിരഹിതത്വവും അനുശാസിക്കുന്നത് മതത്തെ രാഷ്ട്രീയത്തിൽനിന്ന് മാറ്റിനിർത്തുകയെന്നതാണ്. സർക്കാർ ഏതെങ്കിലും ഒരു മതത്തോട് കൂറു പുലർത്താൻ പാടില്ല, ഏതെങ്കിലും മതം മറ്റൊന്നിനു മേലെ ആണെന്നോ അഭിമതമാണെന്നോ പ്രഖ്യാപിക്കാൻ പാടില്ല. മതത്തിന്റെ പേരിൽ കരം ചുമത്താൻ സർക്കാരിനാകില്ല. സർക്കാരിന്റെ ഒരു തീരുമാനവും യാതൊരു മതത്തിന്റെയും സ്വാധീനത്തിലാകാൻ പാടില്ല. അത്തരം രാഷ്ട്രീയ സംവിധാനത്തെയാണ് മതനിരപേക്ഷ ജാതിരഹിതമെന്നു വിളിക്കാനാകുക.

നമ്മുടെ ഭരണഘടന വിഭാവനം ചെയ്യുന്നത് ഇന്ത്യയെ ഒരു ക്ഷേമരാഷ്ട്രമാക്കാനാണ്. ജനങ്ങളുടെ സാമ്പത്തികവും സാമൂഹികവും ഭൗതികവും സാംസ്കാരികവുമായ ജീവിതനിലവാരം മെച്ചപ്പെടുത്തി ഈ ലക്ഷ്യം സാക്ഷാൽക്കരിക്കാനുള്ള മാർഗ്ഗനിർദ്ദേശങ്ങൾ ഇവയാണ്:

i. ഏവർക്കും ജീവസന്ധാരണത്തിനാവശ്യമായതെല്ലാം ഉറപ്പാക്കുക.
ii. ലിംഗഭേദമില്ലാതെ തുല്യജോലിക്ക് തുല്യ വേതനം.
iii. സമ്പത്ത് കുറച്ചുപേരിൽ മാത്രം ഒതുങ്ങാതെ ഏവരിലും എത്തപ്പെടാനുതകുന്ന സമ്പത്തിക തത്ത്വങ്ങൾ ആവിഷ്കരിക്കുക.
iv. ഗ്രാമപഞ്ചായത്തുകളുടെ രൂപീകരണവും വ്യവസ്ഥാപിത പ്രവർത്തനവും.
v. എല്ലാ പൗരന്മാർക്കുമായുള്ള നിയമ നിർമാണം.
vi. 14 വയസ്സിനു താഴെയുള്ള ഏവർക്കും നിർബ്ബന്ധിത സൗജന്യവിദ്യാഭ്യാസം.
vii. പട്ടിക ജാതി, പട്ടിക വർഗ്ഗ പിന്നോക്ക വിഭാഗങ്ങളുടെ ജീവിത നിലവാരം മെച്ചപ്പെടുത്തൽ.
viii. ജനങ്ങളുടെ പൊതു ആരോഗ്യവും ജീവിത നിലവാരവും മെച്ചപ്പെടുത്തൽ.
ix. കാർഷിക വെറ്ററിനറി സെക്ടറിന്റെ സംവിധാനം.
x. ദേശീയ സ്മാരക സംരക്ഷണം.
xi. നീതിന്യായ വ്യവസ്ഥയും എക്സിക്യൂട്ടീവും പരസ്പരം സ്വതന്ത്രമായ പ്രവർത്തനം.
xii. അന്തർദ്ദേശീയ സമാധാനവും സുരക്ഷയും വളർത്തുക.

പൗരജനത്തിന്റെ വ്യക്തിത്വം പൂർണ്ണരൂപത്തിൽ ഉയർത്താൻ ചില അവകാശങ്ങൾ അവർക്ക് നല്കേണ്ടിവരും. ഇന്ത്യൻ ഭരണഘടന ആ അടിസ്ഥാന അവകാശങ്ങൾ നമുക്ക് നല്കിയിട്ടുണ്ട്:

1. തുല്യതയ്ക്കായുള്ള അവകാശം:

i. നിയമദൃഷ്ടിയിൽ ഏവരും സമന്മാരാണ്, ഏവർക്കും നിയമത്തിന്റെ തുല്യപരിരക്ഷ കിട്ടിയിരിക്കും.
ii. മത, ജാതി, ലിംഗ, ജന്മസ്ഥലം എന്നിവയുടെ അടിസ്ഥാനത്തിലുള്ള എല്ലാ വിവേചനവും നിരോധിച്ചിരിക്കുന്നു.
iii. ഏവരും തുല്യ തൊഴിലവസരത്തിനർഹരാണ്.

2. സ്വാതന്ത്ര്യത്തിനായുള്ള അവകാശം:

i. പ്രഭാഷണത്തിനും പ്രചാരണത്തിനുമുള്ള അവകാശം.
ii. നിരായുധരായി സമാധാനപരമായി ഒത്തുകൂടാനുള്ള അവകാശം.
iii. സംഘടനയും കൂട്ടായ്മയും രൂപീകരിക്കാനുള്ള അവകാശം.
iv. ഇന്ത്യയിലെവിടെയും സഞ്ചരിക്കാനുള്ള അവകാശം.
v. ഇന്ത്യയിലെവിടെവേണമെങ്കിലും കുടിപാർക്കാനുള്ള അവകാശം.
vi. ഏതു തൊഴിൽ അഭ്യസിക്കാനും ഏതു ജോലിയോ വാണിജ്യമോ വ്യവസായമോ ചെയ്യാനുമുള്ള അവകാശം.

3. ചൂഷണത്തിനെതിരായ അവകാശം:

i. മനുഷ്യക്കടത്തും ഏതുതരം നിർബ്ബന്ധിത തൊഴിലും നിരോധിച്ചിരിക്കുന്നു.
ii. സാമൂഹ്യ ആവശ്യങ്ങൾക്കായി നിർബ്ബന്ധിത സേവനം പ്രാബല്യത്തിലാക്കാൻ സർക്കാരിനു കഴിയും, എന്നാൽ അങ്ങനെ ചെയ്യുമ്പോൾ ജാതിമത, തായ്‌വഴി, വർണ്ണ അടിസ്ഥാനത്തിൽ ഒരു വിവേചനവും പാടില്ല.
iii. 14 വയസ്സിനുതാഴെയുള്ള കുട്ടികളെ തൊഴിൽ ശാലയിലോ ഖനികളിലോ മറ്റ് ദുർഘട ഇടങ്ങളിലോ നിയോഗിക്കാൻ പാടില്ല.

4. മത സ്വാതന്ത്ര്യത്തിനായുള്ള അവകാശം:

i. മനഃസാക്ഷിക്കനുസരിച്ച് ഏതു മതം സ്വീകരിക്കാനും പ്രചരിപ്പിക്കാനുമുള്ള അവകാശം.
ii. മതസ്ഥാപനങ്ങൾ ഉണ്ടാക്കാനും മതപരമായ കാര്യങ്ങൾ നടത്താനുമുള്ള അവകാശം.
iii. ഏതെങ്കിലും മതത്തിന്റെ പ്രോത്സാഹനാർത്ഥം പിരിക്കപ്പെടുന്ന നികുതി കൊടുക്കാതിരിക്കാനുള്ള അവകാശം.

5. സംസ്കാരത്തിനും വിദ്യാഭ്യാസത്തിനുമുള്ള അവകാശം:

i. ഏതു ജനവിഭാഗത്തിനും അവരുടെ തനതുഭാഷയും ലിപിയും

സംസ്കാരവും സംരക്ഷിക്കാനും അനുവർത്തിക്കാനുമുള്ള അവകാശം.

ii. സർക്കാർ നടത്തുന്നതോ സർക്കാരിന്റെ സഹായത്താൽ നടത്തുന്നതോ ആയ വിദ്യാഭ്യാസസ്ഥാപനങ്ങൾ മതത്തിന്റെയോ ജാതിയുടെയോ ഭാഷയുടെയോ ലിംഗത്തിന്റെയോ അടിസ്ഥാനത്തിൽ പ്രവേശനം അനുവദിക്കാൻ പാടില്ല.

6. ഭരണഘടന നല്കുന്ന ആശ്വാസത്തിനുള്ള അവകാശം.

i. ധ്വംസിക്കപ്പെടുന്ന മൗലിക അവകാശം സ്ഥാപിച്ചെടുക്കാൻ സുപ്രീം കോടതിയെയൊ ഹൈക്കോടതിയെയൊ സമീപിക്കാനുള്ള അവകാശം.

ii. ആ കോടതികൾക്ക് അന്ത്യശാസനം (writ) നല്കാനും ഉചിത വിധി പുറപ്പെടുവിക്കാനുമുള്ള അവകാശം.

അ. ഹേബിയസ് കോർപസ്‌വിധി: അറസ്റ്റുചെയ്യപ്പെട്ടവരെയോ കാണാതായവരെയോ കോടതിയിൽ ഹാജരാക്കാനുള്ള കല്പന, തടവിലാക്കിയതിന്റെ കാരണം ബോദ്ധ്യപ്പെടുത്താനും വിശിഷ്യാ, തടങ്കൽ നിയമമനുസരിച്ചല്ലെങ്കിൽ മോചിപ്പിക്കപ്പെടാനുമുള്ള അവകാശം.

ആ. മാൻഡമസ് വിധി: സർക്കാർ സംവിധാനം അതിന്റെ നിയമാനുസൃതമായ കർത്തവ്യം നിറവേറ്റാൻ വിസമ്മതിച്ചാൽ കടമ ചെയ്യാൻ ആ സ്ഥാപനത്തിനു നല്കുന്ന ശാസനം.

ഇ. നിരോധനാജ്ഞ: സർക്കാർ സംവിധാനത്തെയൊ ഉദ്യോഗസ്ഥനെയൊ ചില കാര്യങ്ങൾ ചെയ്യുന്നതിൽനിന്ന് വിലക്കുന്ന കല്പന.

ഈ. സെർറ്റിയോററി വിധി (writ): നിയമവിരുദ്ധമായി സർക്കാർ സ്ഥാപനമോ ഉദ്യോഗസ്ഥനോ കോടതിയോ പുറപ്പെടുവിച്ച എല്ലാ ഉത്തരവുകളും റദ്ദാക്കൽ.

ഉ. കൂട്ട വാറന്റ് കല്പന: നിർദ്ദിഷ്ട യോഗ്യതയില്ലാതെ സർക്കാർ സ്ഥാനത്തിരിക്കുന്ന വ്യക്തിയെ മാറ്റാനുള്ള കല്പന.

മൗലിക കർത്തവ്യങ്ങൾ:

മൗലിക അവകാശങ്ങളെന്നപോലെ ചില മൗലിക കർത്തവ്യങ്ങളും എല്ലാ പൗരന്മാർക്കും ഭരണഘടന വിഭാവനം ചെയ്തിട്ടുണ്ട്. 1976 ൽ 42-ാം ഭേദഗതിയിൽ ഈ മൗലിക കർത്തവ്യങ്ങളുടെ പട്ടിക കൂട്ടിച്ചേർത്തിരിക്കുന്നു. അതിൻപ്രകാരം എല്ലാ ഇന്ത്യൻ പൗരന്റെയും കർത്തവ്യമാണ്:

1. ദേശീയ ഗാനത്തെയും പതാകയെയും ഭരണഘടനയുടെ അന്തഃസത്തയെയും ബഹുമാനിക്കുക.
2. സ്വാതന്ത്ര്യത്തിനായുള്ള ദേശീയപോരാട്ടങ്ങൾക്കു പ്രചോദനമായ മഹത്തായ ആദർശങ്ങളെ ഉൾക്കൊള്ളുക, പിന്തുടരുക.
3. ഇന്ത്യയുടെ പരമാധികാരവും ഐക്യവും അഖണ്ഡതയും വളർത്തുക, സംരക്ഷിക്കുക.

4. ആവശ്യപ്പെട്ടാൽ രാജ്യത്തെ പ്രതിരോധിക്കുക, ദേശസേവനത്തിൽ പങ്കാളിയാകുക.
5. ജാതിമത പ്രാദേശിക വൈവിദ്ധ്യത്തിനപ്പുറമായി സമൂഹത്തിന്റെ സന്തുലനവും പൊതു സാഹോദര്യവും വളർത്തുക, സ്ത്രീകളുടെ മാന്യതയെ കളങ്കപ്പെടുത്തുന്ന ചെയ്തികൾ വർജ്ജിക്കുക.
6. നമ്മുടെ നാനാത്വ സംസ്കാരപാരമ്പര്യം ബഹുമാനിക്കുക, കാത്തുസൂക്ഷിക്കുക.
7. വനങ്ങൾ, നീർത്തടങ്ങൾ, നദികൾ, വന്യജീവികൾ എന്നിവ ഉൾപ്പെടുന്ന പ്രകൃതി വിഭവങ്ങളെ സംരക്ഷിക്കുകയും മെച്ചപ്പെടുത്തുകയും ചെയ്യുക, എല്ലാ ജീവികളോടും കാരുണ്യം ചൊരിയുക.
8. ശാസ്ത്രീയ മനോഭാവവും മാനവികതയും അന്വേഷണശീലവും പരിഷ്കരണത്വരയും വളർത്തുക.
9. പൊതുമുതൽ സംരക്ഷിക്കുക, അക്രമം നിരാകരിക്കുക.
10. രാജ്യം മെച്ചപ്പെട്ട നിലയിലേക്ക് ഉയരാനും നേട്ടങ്ങൾ കൈവരിക്കാനും സഹായകമായ വ്യക്തിപരവും സാമൂഹ്യപരവുമായ മേഖലകളിൽ അനുസ്യൂതം പ്രാവീണ്യം നേടുക.

ലിംഗ സമത്വം:

നമ്മുടെ ഭരണഘടന ലിംഗ വിവേചനത്തിനറുതി വരുത്താനും സ്ത്രീ ഉന്നമനത്തിനുമായി നിരവധി വ്യവസ്ഥകൾക്ക് ഊന്നൽ നല്കുന്നുണ്ട്.

*ആർട്ടിക്കിൾ 14	പുരുഷനും സ്ത്രീക്കും നിയമപ്രകാരം തുല്യ പരിരക്ഷ നല്കുന്നു.
*ആർട്ടിക്കിൾ 15	ലിംഗാടിസ്ഥാനത്തിൽ ഒരു വിവേചനവും പാടില്ലെന്ന് അനുശാസിക്കുന്നു.
*ആർട്ടിക്കിൾ 18	പൊതു തൊഴിൽമേഖലയിലോ മറ്റേതെങ്കിലും തൊഴിലിടങ്ങളിലോ സ്ത്രീ വിവേചനം പാടില്ലെന്ന് അനുശാസിക്കുന്നു.
*ആർട്ടിക്കിൾ 21	സ്ത്രീകൾക്ക് ആത്മാഭിമാനത്തോടെ ജീവിതം നയിക്കാൻ അവകാശം ഉറപ്പുവരുത്തുന്നു.

*പുരുഷനും സ്ത്രീക്കും തുല്യമായ മൗലിക അവകാശങ്ങളാണുള്ളത്. സ്ത്രീ ഉന്നമനത്തിനായി പ്രത്യേക നിയമങ്ങളും വ്യവസ്ഥകളും ഉണ്ടാക്കാനുള്ള അധികാരം സർക്കാരിനുണ്ട്.

*ആർട്ടിക്കിൾ 51(അ)	സ്ത്രീയുടെ മാന്യതയും ആത്മാഭിമാനവും ഇകഴ്ത്തുന്ന എല്ലാ പ്രവൃത്തികളും ഉപേക്ഷിക്കാൻ അനുശാസിക്കുന്നു.
*ആർട്ടിക്കിൾ 243	പ്രാദേശിക ഭരണസംവിധാനത്തിൽ സ്ത്രീകൾക്ക് സംവരണം നല്കുന്നുണ്ട്.

അദ്ധ്വാനവർഗ്ഗത്തിന്റെ അവകാശങ്ങൾ:

അദ്ധ്വാനവർഗ്ഗത്തിന്റെ ക്ഷേമപരിരക്ഷയ്ക്കായുള്ള കാര്യങ്ങൾ ഉൾക്കൊള്ളുന്ന നിരവധി വകുപ്പുകളുണ്ട്. 14, 15, 16, 19, 21, 23, 24, 39, 41, 42, 43 എന്നീ വകുപ്പുകളാണ് അവയിൽ പ്രധാനം. ഈ വകുപ്പുകൾ പ്രകാരം തൊഴിലാളി കൂട്ടങ്ങളും സംഘടനകളും ഉണ്ടാക്കുവാനുള്ള അവകാശം, സംഘം ചേരാനുള്ള അവകാശം, സമാധാനപരമായി പ്രതിഷേധിക്കാനുള്ള അവകാശം, കുത്തിയിരിക്കാനും, ജോലിനിർത്തിവയ്ക്കാനും, തന്റെ വാദമുഖങ്ങൾ പ്രകടിപ്പിക്കാനുമുള്ള അവകാശം എന്നിവ ഉണ്ട്. മനുഷ്യക്കടത്തും നിർബ്ബന്ധിത പണിയെടുപ്പും നിരോധിച്ചു. തൊഴിൽ ശാലകളിലോ ഖനികളിലോ ദുർഘട ജോലികളിലോ 14 വയസ്സിനുതാഴെ പ്രായമുള്ള കുട്ടികളെ ജോലിക്കുവയ്ക്കുന്നത് കർശനമായി നിരോധിച്ചിരിക്കുന്നു. തുല്യജോലിക്ക് തുല്യവേതനം നല്കണം. ഏവർക്കും കുറഞ്ഞ വേതനംനിജപ്പെടുത്തിയിരിക്കുന്നു. വ്യവസായ സ്ഥാപനങ്ങളുടെ നടത്തിപ്പിൽ തൊഴിലാളിപങ്കാളിത്തം ഉറപ്പാക്കിയിരിക്കണം എന്ന വ്യവസ്ഥയുണ്ട്.

തൊട്ടുകൂടായ്മയുടെ നിരോധനം:

തൊട്ടുകൂടായ്മയുടെ നിരോധനം സംബന്ധിച്ചും തൊട്ടുകൂടാൻ പാടില്ലാത്തവരുടെ മോചനം സംബന്ധിച്ചും നിരവധി വകുപ്പുകളാണുള്ളത്. 15, 16, 17, 21, 23, 43, 45, 46, 243, 330, 332, 335, 338, 340, 341, 342 എന്നീ വകുപ്പുകൾ ഇതുമായി ബന്ധപ്പെട്ടതാണ്. ഈ വകുപ്പുകളനുസരിച്ച് മതത്തിന്റെയോ കുലത്തിന്റെയോ ജാതിയുടെയോ അടിസ്ഥാനത്തിൽ പൊതു ഇടങ്ങളിൽ ഒരു വിവേചനവും പാടില്ല. ഏവർക്കും അവസരസമത്വം ഉണ്ട്. ആർക്കുമെതിരെ ഒരുതരത്തിലുമുള്ള വിവേചനവും പാടില്ല. ദുർബ്ബലവിഭാഗങ്ങളെ ഉയർത്തിക്കൊണ്ടുവരാൻ സംവരണം ഏർപ്പെടുത്തിയിട്ടുണ്ട്. തൊട്ടുകൂടായ്മ ശിക്ഷാർഹമായ കുറ്റമാണ്. സംസ്ഥാനസർക്കാരുകൾ അവരുടെ വിദ്യാഭ്യാസ സാമ്പത്തിക ഉന്നമനത്തിനായി പ്രത്യേക പ്രവർത്തനങ്ങളിലേർപ്പെടണം. ലോക്സഭയിലും വിധാനസഭകളിലും മറ്റു പ്രാദേശിക ഭരണസംവിധാനങ്ങളിലും സംവരണം ഏർപ്പെടുത്തിയിരിക്കുന്നു.

സർക്കാർ കൂടുതൽ കൂടുതൽ തൊഴിലവസരങ്ങൾ സൃഷ്ടിക്കുന്നതുവരെ, ജോലിക്കനുപാദമായി വേതനം നല്കുന്നതുവരെ, തൊഴിൽ സുരക്ഷ ഉറപ്പുവരുത്തുന്നതുവരെ സംവരണവും, സംവരണത്തിനകത്ത് ഉപസംവരണവും തുടർന്നുകൊണ്ടിരിക്കും. ഇതിനായുള്ള മുറവിളികൾ തുടർന്നുകൊണ്ടേയിരിക്കും. എന്താണ് ഇതിനു ശാശ്വതമായ പരിഹാരം? സർക്കാരുകൾ അവരുടെ പദ്ധതികളിൽ മാറ്റങ്ങൾ വരുത്തേണ്ടതുണ്ട്, കൂടുതൽ തൊഴിലവസരങ്ങൾ സൃഷ്ടിക്കേണ്ടതുണ്ട്. ഇത്തരം പ്രവർത്തനങ്ങൾ നടപ്പിൽ വരുത്തിയാൽ സംവരണം സംബന്ധിച്ച എല്ലാ പ്രശ്നങ്ങളും അപ്രത്യക്ഷമാകും. ഇതു കൃത്യമായി നടപ്പിലായാൽ തൊഴിൽ ഒരു മൗലിക അവകാശമായി മാറും.

ഭാഗം 7

ഭരണഘടനയുടെ മൗലികതത്ത്വങ്ങൾ

> സുപ്രീം കോടതി ഭരണഘടനയുടെ അവിഭാജ്യഘടകമായ മൗലികതത്ത്വങ്ങളെ ഭാവിയിലൊരിക്കലും ഭേദഗതി വരുത്താനോ മാറ്റാനോ സാദ്ധ്യമാകാത്തവിധം സസൂക്ഷ്മം ആലേഖനം ചെയ്തിരിക്കുന്നു.

നമ്മുടെ ഭരണഘടന കുറെ മൗലിക തത്ത്വങ്ങളുടെ അസ്ഥിത്തറയിൽ പടുത്തുയർത്തിയതാണ്. മൗലിക തത്ത്വങ്ങളുടെ ഭാഗമായിട്ടല്ലെങ്കിലും അവയെല്ലാം ഭരണഘടനയുടെ ഉൾക്കാമ്പിലുണ്ട്.

ഉദാഹരണമായി, 368-ാം വകുപ്പ് ഭരണഘടന ഭേദഗതി ചെയ്യാനുള്ള അധികാരം പാർലമെന്റിനു നല്കുന്നു. എന്നാൽ, ഈ വകുപ്പുപ്രകാരം നിലവിലുള്ള ഭരണഘടനയ്ക്കു പകരം മറ്റൊന്നു കൊണ്ടുവരുവാൻ ആർക്കും അധികാരമില്ല. കേശവാനന്ദ ഭാരതി ((A) SCC 255 of 1973) തർക്കത്തിൽ ഭരണഘടന ഭേദഗതി ചെയ്യാനുള്ള നിയമസഭയുടെ അധികാരം സമ്പൂർണ്ണമാണോ ഭാഗികമാണോ എന്നതിൽ സുപ്രീംകോടതി വിശദമായി വിശകലനം ചെയ്തു. തദവസരത്തിൽ സുപ്രീംകോടതി താഴെപ്പറയുന്ന ചോദ്യങ്ങൾ സ്വയം ചോദിക്കുകയുണ്ടായി:

i. രാഷ്ട്രത്തിന്റെ പരമാധികാരം അപകടപ്പെടുത്തി രാഷ്ട്രത്തെ വിദേശഭരണത്തിൻ കീഴിലാക്കാൻ സാദ്ധ്യമാണോ?
ii. നിലവിലെ ജനാധിപത്യ വ്യവസ്ഥിതി മാറ്റി രാജഭരണം സ്ഥാപിക്കാൻ സാദ്ധ്യമാണോ?
iii. ഇന്ത്യൻ യൂണിയനെ പിരിച്ചുവിട്ട് സ്വതന്ത്ര സംസ്ഥാനങ്ങളുടെ സംയുക്തഭരണം സാദ്ധ്യമാണോ?
iv. രാഷ്ട്രത്തിന്റെ മതനിരപേക്ഷ വ്യവസ്ഥയ്ക്കുപകരം മതാധിഷ്ഠിത രാഷ്ട്രമാക്കാൻ സാധിക്കുമോ?

v. ജനങ്ങളുടെയും ന്യൂനപക്ഷങ്ങളുടെയും അവകാശങ്ങളെ നിർത്തലാക്കാമോ?

vi. ക്ഷേമരാജ്യം സൃഷ്ടിക്കാനുള്ള ജനഹിതത്തെ നിരാകരിക്കാമോ?

vii. പാർലമെന്റിലെ ഇരുസഭകളും അനിശ്ചിതമായി പ്രവർത്തിപ്പിക്കാതിരിക്കാൻ പറ്റുമോ?

viii. നിയമസഭയെ നിയമമനുസരിച്ചോ മറ്റേതെങ്കിലും വിധത്തിലോ ഭരണഘടനാഭേദഗതി ചെയ്യുന്നതിൽനിന്ന് തടയാൻ പറ്റുമോ? 368-ാം വകുപ്പ് മുകളിൽ പ്രതിപാദിച്ചപോലെ ഭേദഗതി വരുത്തുവാൻ നിയമസഭയ്ക്ക് അധികാരം നല്കുന്നില്ല. സുപ്രീംകോടതി ഭരണഘടനയുടെ അവിഭാജ്യഘടകമായ മൗലികതത്ത്വങ്ങളെ ഭാവിയിലൊരിക്കലും ഭേദഗതി വരുത്താനോ മാറ്റാനോ സാദ്ധ്യമാകാത്തവിധം വളരെ സസൂക്ഷ്മം ആലേഖനം ചെയ്തിരിക്കുന്നു. അത് ഉറപ്പുവരുത്തിയിരിക്കുന്നു, "ഈ മൗലിക തത്ത്വങ്ങൾ മാറ്റാനോ തിരുത്താനോ പാടില്ല." സുപ്രീം കോടതി പുറപ്പെടുവിച്ച ഈ ഉത്തരവിലോ പിന്നീടുവന്ന ഉത്തരവുകളിലോ താഴെ കൊടുത്തിരിക്കുന്ന തത്ത്വങ്ങൾ ഭരണഘടനയുടെ മൗലിക തത്ത്വങ്ങളായി പ്രഖ്യാപിച്ചിരിക്കുന്നു:

1. ഭരണഘടനയുടെ അപ്രമാദിത്വം
2. ഇന്ത്യയുടെ പരമാധികാരം
3. പാർലമെന്ററി ജനാധിപത്യം
4. ക്ഷേമരാഷ്ട്ര സങ്കല്പം
5. മതനിരപേക്ഷതയും അഖണ്ഡതയും
6. സ്വതന്ത്രനിയമസഭ, എക്സിക്യൂട്ടീവ്, നീതിന്യായവ്യവസ്ഥ
7. യൂണിയന്റെ ഘടന
8. രാഷ്ട്രത്തിന്റെ ഐക്യവും അഖണ്ഡതയും
9. നീതിന്യായ പുന:പരിശോധന(ജുഡീഷ്യൽ റിവ്യൂ)
10. വ്യക്തിയുടെ സ്വാതന്ത്ര്യവും ആത്മാഭിമാനവും
11. സ്വതന്ത്രവും നിഷ്പക്ഷവുമായ തിരഞ്ഞെടുപ്പ് വ്യവസ്ഥ
12. സാമൂഹ്യനീതി
13. സ്വാഭാവിക നീതി
14. മൗലിക അവകാശങ്ങൾ

ഇന്ത്യൻ ഭരണഘടനയിലെ അകത്താളുകൾ

ഇന്ത്യൻ ഭരണഘടനയുടെ മൂല പ്രതിയിൽ 80,000 വാക്കുകളാണുള്ളത്. നാളിതുവരയുള്ള 104 ഭേദഗതികൾ കൂടിയായപ്പോൾ 1,47,000 വാക്കുകളും 25 അദ്ധ്യായങ്ങളും 448 ൽപ്പരം അനുച്ഛേദങ്ങളും 12 പട്ടികകളും ആയി അതു വികസിച്ചു. ഭരണഘടനാ രചനയ്ക്കായി മൊത്തം രണ്ടുവർഷവും 11 മാസവും 17 ദിവസവുമെടുത്തു. അഭിപ്രായങ്ങൾക്കായി ആദ്യകരട് പൊതുജനസമക്ഷം അവതരിപ്പിച്ചപ്പോൾ 7000 ത്തിലധികം അഭിപ്രായങ്ങളാണ് വന്നത്.

ഭാഗം 8

ഭരണഘടനാ ഭേദഗതികൾ

> ഭരണഘടനാ ഭേദഗതിയെന്നുവെച്ചാൽ അവസരം കാലാകാലങ്ങളിൽ സമൂഹത്തോടൊപ്പം സഞ്ചരിച്ച് സമകാലികതയെ ഉൾക്കൊള്ളാൻ ഭരണഘടനയെ സജ്ജമാക്കുകയെന്നതാണ്.

ഭരണഘടന ഉണ്ടാക്കിയത് ഒരു നിർദ്ദിഷ്ട മുഹൂർത്തത്തെ മനസ്സിൽ പ്രതിഷ്ഠിച്ചുകൊണ്ടും നിലവിലെ അവസ്ഥ ഉൾക്കൊണ്ടുമാണ്. മാറിവരുന്ന കാലത്തിനൊത്തും പുതിയ അവസ്ഥയും സാഹചര്യവും ഉൾക്കൊണ്ട് ഉചിതമായ ഭേദഗതികൾ ഭരണഘടനയിൽ വരുത്തേണ്ടിവരും. ഭേദഗതികൾ വരുത്തുമ്പോൾ മുൻ അനുഭവം, ആവശ്യമായ പുനഃപരിശോധന, സാംഗത്യം, ദീർഘവീക്ഷണം, തത്ത്വദീക്ഷ മുതലായതെല്ലാം ബോധമനസ്സിൽ ഉണ്ടായിരിക്കണം.

ഭരണഘടനാ ഭേദഗതിയെക്കുറിച്ച് ജവാഹർലാൽ നെഹ്രുവിന്റെ വീക്ഷണം ഇങ്ങനെ:

> മാറ്റത്തിനു വഴങ്ങാത്തതോ സ്ഥിരമായതോ ആയ എന്തെങ്കിലും ഉണ്ടാക്കുന്നെങ്കിൽ നിങ്ങൾ ചെയ്യുന്നത് രാഷ്ട്രത്തിന്റെ വളർച്ചയെയും സമൂഹത്തിന്റെ ചലനാത്മകതയെയും ജനതയുടെ സചേതനത്വത്തെയും തടയിടുകയാകും.... എന്തുതന്നെയായാലും, നമുക്ക് ഈ ഭരണഘടനയെ മാറിവരുന്ന സാഹചര്യത്തിനുതകാത്തവിധം ദൃഢമാക്കാനാകില്ല. ലോകം അനുസ്യൂതം മാറിക്കൊണ്ടിരിക്കുമ്പോൾ ഇന്നു നാം ചെയ്യുന്നത് നാളത്തേക്കുതകണമെന്നില്ല. ഭരണഘടനാ ഭേദഗതിയെന്നുവെച്ചാൽ അവസരം കാലാകാലങ്ങളിൽ സമൂഹത്തോടൊപ്പം സഞ്ചരിച്ച് സമകാലികതയെ ഉൾക്കൊള്ളാൻ ഭരണഘടനയെ സജ്ജമാക്കുകയെന്നതാണ്.

അത്തരം കരുതലുകൾ ഉൾക്കൊണ്ട് നമ്മുടെ ഭരണഘടന കഴിഞ്ഞ 68 വർഷങ്ങൾക്കുള്ളിൽ 101 തവണ ഭേദഗതി ചെയ്യപ്പെട്ടിട്ടുണ്ട്. ഏറെ പ്രധാനപ്പെട്ട ഭേദഗതികൾ ഇതാ:

1. 1-ാം ഭേദഗതി 1951: സാമൂഹിക പിന്നോക്കവർഗ്ഗത്തിന്റെ ഉന്നമനത്തിനായി വിശേഷ നിയമങ്ങളുണ്ടാക്കാൻ സംസ്ഥാനങ്ങൾക്ക് അധികാരം നല്കുന്നു.

2. 5-ാം ഭേദഗതി 1956: സംസ്ഥാനങ്ങളുടെ ഏകീകരണം സാദ്ധ്യമാക്കി.

3. 42-ാം ഭേദഗതി 1976: അടിയന്തരാവസ്ഥ കാലത്ത് താഴെ കൊടുത്തിരിക്കുന്ന മാറ്റങ്ങൾ വരുത്തി:

അ. ഭരണഘടനയുടെ മുഖവുരയിൽ സ്ഥിതിസമത്വം, മതനിരപേക്ഷത എന്നീ രണ്ടു പുതിയ പദങ്ങളും കൂടാതെ ദേശത്തിന്റെ 'ഐക്യ'ത്തോടൊപ്പം 'സമഗ്രത'യും കൂട്ടിച്ചേർത്തു.

ആ. ഭരണഘടനയിൽ മൗലിക കർത്തവ്യങ്ങളുടെ പട്ടിക കൂട്ടിച്ചേർത്തു.

ഇ. ഏവർക്കും തുല്യനീതിയും ദുർബ്ബല വിഭാഗത്തിന് ഉചിതമായ സൗജന്യ നീതിസഹായവും.

ഈ. തൊഴിലാളികൾക്ക് തൊഴിൽശാലാനടത്തിപ്പിൽ പങ്കാളിത്ത അവസരം.

ഉ. പ്രകൃതി, വന്യജീവി, മറ്റ് പ്രകൃതി വിഭവങ്ങൾ എന്നിവയുടെ സംരക്ഷണത്തിന് മുൻഗണന.

ഊ. രാജ്യത്ത് എവിടെയും അടിയന്തരാവസ്ഥ പ്രഖ്യാപിക്കാനവകാശം.

എ. അടിയന്തര സാഹചര്യത്തിൽ നിയമവാഴ്ചയും ക്രമസമാധാനവും പരിപാലിക്കാൻ സേനയെ നിയോഗിക്കാൻ കേന്ദ്ര സർക്കാരിനുള്ള അവകാശം.

4. 44-ാം ഭേദഗതി 1978:

അ. 42 - ാം ഭേദഗതിയിലെ ചില അതിക്രമങ്ങൾ നീക്കി പൂർവ്വസ്ഥിതി പുനഃസ്ഥാപിച്ചു.

ആ. മൗലിക അവകാശങ്ങളിൽനിന്ന് സ്വത്തവകാശം എടുത്തുകളഞ്ഞു.

ഇ. അടിയന്തര സാഹചര്യത്തിൽ പോലും 20, 21 വകുപ്പുകൾ അനുശാസിക്കുന്ന മൗലിക അവകാശങ്ങൾ അലംഘനീയമാക്കി.

5. 52-ാം ഭേദഗതി 1985: തിരഞ്ഞെടുക്കപ്പെട്ട പ്രതിനിധികളുടെ കൂറുമാറ്റം നിയമവിരുദ്ധമാക്കി; കൂറുമാറ്റ നിരോധന നിയമം 10 -ാം പട്ടികയിൽ ഉൾപ്പെടുത്തി.

6. 61-ാം ഭേദഗതി 1989: വോട്ടവകാശ കുറഞ്ഞപ്രായ പരിധി 21-ൽ നിന്ന് 18 ആയി കുറച്ചു.

7. 73-ാം ഭേദഗതി 1992: പഞ്ചായത്ത്‌രാജ് വ്യവസ്ഥ പ്രാബല്യത്തിലായി.

8. 86-ാം ഭേദഗതി 2002: 6 നും 14 നും ഇടയിൽ പ്രായമുള്ള കുട്ടികൾക്ക് നിർബ്ബന്ധ വിദ്യാഭ്യാസം അവകാശമായി.

ഭരണഘടന രചിക്കാൻ 13 സമിതികൾ ഉണ്ടായിരുന്നു. ഭരണഘടനയുടെ കരട് രചനാ സമിതി അംഗങ്ങൾ: ഡോ. ബി ആർ അംബേദ്കർ, എൻ ഗോപാലസ്വാമി അയ്യങ്കാർ, കൃഷ്ണസ്വാമി അയ്യർ, ഡോ. കെ എം മുൻഷി, ഡോ. സയ്യദ് മൊഹമ്മദ് സാദുള്ള, എ എൻ മാധവ റാവു, ടി ടി കൃഷ്ണമാചാരി.

ഭാഗം 9

ഇന്ത്യൻ റിപ്പബ്ലിക്കിന്റെ നേട്ടങ്ങൾ

20% മാത്രമായിരുന്ന സാക്ഷരത 78% ആയി ഉയർന്നു. ശരാശരി ആയുർ ദൈർഘ്യം 32 വയസ്സിൽ നിന്ന് 69 വയസ്സായി ഉയർന്നു.

ഭരണഘടന നിലവിൽവന്നതിനുശേഷം ഇന്ത്യ പല നേട്ടങ്ങളും കൈവരിച്ചു. ഇന്ത്യൻ ചരിത്രത്തിന്റെ താളുകൾ മറിച്ചാൽ ഗുപ്തരുടെയും മൗര്യരുടെയും ഹർഷവർദ്ധനന്റെയും കനിഷ്കന്റെയും മുഗളരുടെയും ഫ്രഞ്ചുകാരുടെയും ബ്രിട്ടീഷുകാരുടെയും ഇന്ത്യയുടെ ചിതറിയ ശകലങ്ങൾ കാണാം. അതിന്റെ കാരണം കാഷ്മീർ മുതൽ കന്യാകുമാരി വരെയുള്ള അഖണ്ഡ ഭൂതലം ഒരിക്കലും ഒരേ ഭരണത്തിൽ ആയിരുന്നില്ല എന്നതാണ്. 1947 ൽ ഇന്ത്യ സ്വതന്ത്രമാകുമ്പോൾ 600 രാജഭരണ പ്രദേശങ്ങൾ ഉണ്ടായിരുന്നു. അതെല്ലാം ഇല്ലാതാക്കി കന്യാകുമാരി മുതൽ കാശ്മീർവരെയുള്ള ദേശം മൊത്തമായി ഒരു രാഷ്ട്രീയ അധികാരത്തിലായി. രാഷ്ട്ര[illegible]യെന്നു പറഞ്ഞാൽ ഒരു ഭരണഘടന, ഒരു രാജ്യാതിർത്തി, ഒരു ദേശീയ ഗാനം, ഒരു ദേശീയ പ്രതീകം. ഇത് ഒരു മഹാനേട്ടമാണ്.

കൊളോണിയൽ വാഴ്ചയ്ക്കറുതിവരുത്തി സ്വതന്ത്ര നിയമസഭയും ഭരണവും നീതിന്യായ വ്യവസ്ഥയും പടുത്തുയർത്തി. കേന്ദ്രത്തിൽ നിയമനിർമ്മാണത്തിനായി ലോക്സഭയും രാജ്യസഭയും സംസ്ഥാനങ്ങളിൽ വിധാനസഭയും വിധാനപരിഷത്തും രാഷ്ട്രപതി, കേന്ദ്രസർക്കാർ, സംസ്ഥാനസർക്കാർ, ജില്ലാ പഞ്ചായത്ത്, താലൂക്ക് പഞ്ചായത്ത്, ഗ്രാമപഞ്ചായത്ത്, നീതിന്യായ സ്ഥാപനങ്ങളായ സുപ്രീം കോടതി, ഹൈക്കോടതികൾ, ജില്ലാക്കോടതികൾ, താലൂക്ക് കോടതികൾ തുടങ്ങിയ ഭരണസിരാകേന്ദ്രങ്ങൾ ഉണ്ടാക്കി. അങ്ങനെ നിരവധി പരിഷ്കാരങ്ങൾ വരുത്തി വൈവിദ്ധ്യമാർന്ന മതങ്ങളും ജാതികളും

സംസ്കൃതികളും ഉപസംസ്കൃതികളും ആചാരാനുഷ്ഠാനങ്ങളും പല തരം നിലപാടുകളും വീക്ഷണങ്ങളുമുള്ള രാഷ്ട്രീയ പാർട്ടികളും ഉണ്ടെന്നിരിക്കിലും ഭരണഘടനാ പ്രകാരം സർക്കാരുകൾ ഉണ്ടാക്കാനും കാലാകാലങ്ങളിൽ തെരഞ്ഞെടുപ്പു നടത്തി സമാധാനപരമായി സർക്കാരുകളെ മാറ്റാനും അങ്ങനെ സമൂല പുരോഗതി കൈവരിക്കാനും കഴിഞ്ഞു.

സ്വാതന്ത്ര്യം കിട്ടിയപ്പോൾ 20% മാത്രമായിരുന്നു സാക്ഷരത. സാർവ്വത്രിക വിദ്യാഭ്യാസമെന്ന ലക്ഷ്യത്തിൽ 78% സാക്ഷരത നേടാനായി. കാർഷികോല്പാദനം 50 ദശലക്ഷം ടണ്ണിൽ നിന്ന് 280 ദശലക്ഷം ടണ്ണായി വർദ്ധിച്ചു. ശരാശരി ആയുർ ദൈർഘ്യം 32 വയസ്സിൽ നിന്ന് 69 വയസ്സായി ഉയർന്നു. തൊഴിൽ, പാർപ്പിടം, ആരോഗ്യപരിരക്ഷ, കുടിവെള്ളം, റോഡ്, വൈദ്യുതി, ഗതാഗതം തുടങ്ങിയ അടിസ്ഥാന സൗകര്യങ്ങൾ ഉണ്ടായി. പട്ടിണി, വിശപ്പ്, ക്ഷാമം, വെള്ളപ്പൊക്കം മൂലമുള്ള നാശം, സാംക്രമിക രോഗങ്ങൾ ഇതെല്ലാം വലിയ ഒരളവുവരെ നിയന്ത്രിതമായി. ഭൂമിശാസ്തം, സാങ്കേതിക വിജ്ഞാനം, വിവരസാങ്കേതിക വിജ്ഞാനം, അണുശക്തി, പ്രതിരോധസംവിധാനം തുടങ്ങിയ മേഖലകളിൽ ലോകത്തിലെ പത്തു രാഷ്ട്രങ്ങളിൽ ഒന്നായി ഇന്ത്യ മാറി.

സ്ത്രീകൾ, പിന്നോക്ക വർഗ്ഗങ്ങൾ, ന്യൂനപക്ഷക്കാർ, പട്ടികജാതി പട്ടികവർഗ്ഗക്കാർ എന്നിവരുടെ ജീവിത നിലവാരത്തിൽ പല പരിഷ്കാരങ്ങളും അഭിവൃദ്ധിയും ഭരണഘടന അനുശാസിക്കുന്ന നിയതികൾ നടപ്പാക്കുക വഴി വന്നിട്ടുണ്ട് എന്നറിയാം. ആ വിഭാഗങ്ങളിലെ വ്യക്തികൾ നിയമസഭയിലും ഭരണത്തിലും നീതിന്യായ വ്യവസ്ഥയിലും പങ്കാളികളായി അവരവരുടേതായ കടമകൾ നിർവ്വഹിച്ചുവരുന്നു.

ഇങ്ങനെയൊക്കെയാണെങ്കിലും ചില അടിസ്ഥാന കാര്യങ്ങളിൽ പൂർണ്ണതയിൽ എത്തിക്കാൻ കഴിഞ്ഞിട്ടില്ല. ഇപ്പോഴും നമുക്കിടയിൽ നിരക്ഷരരും തൊഴിൽരഹിതരും കിടപ്പാടമില്ലാത്തവരും അനാഥരുമുണ്ട്. ഏവർക്കും കുടിവെള്ളവും ആരോഗ്യപരിരക്ഷയും ഗ്രാമങ്ങളിലെല്ലാം റോഡുകൾ, വൈദ്യുതി മുതലായവയും നല്കാനായിട്ടില്ല. രാജ്യത്തെ കാർഷിക വ്യവസായ മേഖലകൾ കഷ്ടത്തിലാണ്. നാമെല്ലാം കുറേക്കൂടി പണിപ്പെട്ടാൽ, ഒത്തുപിടിച്ച് മുന്നേറാൻ ശ്രമിച്ചാൽ, നമ്മുടെ ധാർമ്മികതയിൽ ഒരു ചെറിയ മാറ്റം വരുത്തിയാൽ, നമ്മുടെ ഭരണചക്രത്തെ വേണ്ടവിധം ഒന്നു പരിഷ്കരിച്ചാൽ, ശാസ്ത്രീയ രീതി പിന്തുടർന്നാൽ നമുക്ക് ഏതാനും വർഷങ്ങൾക്കുള്ളിൽ എല്ലാ പ്രശ്നങ്ങൾക്കും പരിഹാരം ഉണ്ടാക്കാൻ കഴിഞ്ഞേക്കും.

ഭാഗം 10

മുന്നിലുള്ള വെല്ലുവിളികൾ

അങ്ങനെ നമ്മൾ ഒരു അസമത്വ ഇന്ത്യയെ നിർമ്മിച്ചെടുത്തു.

ഇങ്ങനെയുള്ള നേട്ടങ്ങളും വികസനവും സ്വാതന്ത്ര്യവും സമഗ്രതയും കൈവരിച്ചെങ്കിലും നമ്മുടെ ഭരണഘടന പലതരത്തിലുമുള്ള വെല്ലുവിളികൾ നേരിടുകയാണ്. ഈ വെല്ലുവിളികളെ സധൈര്യം നേരിട്ട് പരാജയപ്പെടുത്തിയില്ലെങ്കിൽ നമ്മുടെ ഭരണഘടനയെയോ അതു നമുക്കു നല്കിയ ജനാധിപത്യ വ്യവസ്ഥയെയോ സംരക്ഷിക്കാൻ കഴിയില്ല. ഭരണഘടന സംരക്ഷിക്കപ്പെട്ടില്ലെങ്കിൽ ജനാധിപത്യത്തിനുപകരം അരക്ഷിതത്വം വിളയാടും. ആയതിനാൽ രാഷ്ട്രവും ഭരണഘടനയും അഭിമുഖീകരിക്കുന്ന വെല്ലുവിളികളെ മനസ്സിലാക്കേണ്ടത് അത്യന്താപേക്ഷിതമായിരിക്കുന്നു.

10.1 ദുർബ്ബലമാകുന്ന ജനാധിപത്യം:

ഇന്ത്യൻ ഭരണഘടന കൊളോണിയൽ വാഴ്ച അവസാനിപ്പിച്ചു. ജനാധിപത്യ വാഴ്ചയ്ക്കും ഭരണസംവിധാനത്തിനും അത് വഴിയൊരുക്കി. അതനുസരിച്ച്, 1952 മുതൽ 16 ലോക്സഭാതിരഞ്ഞെടുപ്പുകൾ നടന്നു. ജനങ്ങൾ തങ്ങളുടെ സമ്മതിദാനാവകാശം വിനിയോഗിച്ച് പ്രതിനിധികളെ തിരഞ്ഞെടുത്ത് സർക്കാരുണ്ടാക്കുന്ന കർത്തവ്യം സമയാസമയങ്ങളിൽ നിറവേറ്റി വരുന്നു. എന്നാൽ ഈ അടുത്തകാലത്തായി ഗ്രാമപഞ്ചായത്തുമുതൽ പാർലമെന്റുവരെയുള്ള തിരഞ്ഞെടുപ്പുകൾ മതം, ജാതി, പണം, കുറ്റകൃത്യങ്ങൾ എന്നിവയുടെ കേളീരംഗമായി മാറുന്നു. ധാരാളം ധനമൊഴുക്കുന്നവരും കുറ്റവാളികളും വൻഭൂരിപക്ഷത്തോടെ ജയിക്കുന്നു; ആത്മാർത്ഥതയുള്ള സ്ഥാനാർത്ഥികൾക്ക്

കെട്ടിവച്ച പണം നഷ്ടമാകുന്നു. എല്ലാ നിയമസഭകളിലും പണസ്വാധീനമുള്ളവരും കുറ്റവാളികളും ക്രമാതീതമായി കൂടിവരുന്നു. 14, 15, 16 ലോക്സഭാ തിരഞ്ഞെടുപ്പുകളിൽ വിജയിച്ച പണാധിപതികളുടെയും കുറ്റവാളികളുടെയും എണ്ണം അപകടകരമായ തോതിൽ പെരുകി വരുന്നു.

തിരഞ്ഞെടുപ്പു വർഷം	*ലോക്സഭ നമ്പർ*	*ക്രിമിനൽ കുറ്റം നേരിടുന്നവർ*	*ദശലക്ഷക്കാർ*	*രാഷ്ട്രീയ കുടുംബ പശ്ചാത്തലമുള്ളവർ*
2004	14	24%	30%	45%
2009	15	30%	58%	50%
2014	16	34%	82%	52%

വിദ്യാസമ്പന്നരുടെയും ധാർമ്മികബോധമുള്ളവരുടെയും വിദഗ്ദ്ധരുടെയും അർഹതയുള്ളവരുടെയും സ്ഥാനാർത്ഥിത്വം ദിനം പ്രതി കുറഞ്ഞുവരുന്നു. ഭൂമാഫിയകൾ കൂടുതലായി തിരഞ്ഞെടുപ്പുകളിൽ മത്സരിക്കുന്നു. അതിന്റെ ഫലം ലോക്സഭയിലെയും രാജ്യസഭയിലെയും വ്യവഹാരങ്ങളിൽ കണ്ടുവരുന്നു. ചർച്ചകൾ കൂടാതെ പുതിയ നിയമങ്ങൾ അംഗീകരിക്കപ്പെടുന്നു. സഭാനടപടികളിൽ അസഹിഷ്ണുത, പക്ഷപാതം, അഴിമതി, വിദ്വേഷം, പ്രതിപക്ഷ ബഹുമാനമില്ലായ്മ ഇതെല്ലാം നിത്യ സംഭവങ്ങളാകുന്നു. ഈ സഭകളിൽ സാമാന്യ ജനത്തിനെയോ രാഷ്ട്രത്തെയോ സംബന്ധിക്കുന്ന വിഷയങ്ങളിൽ ചർച്ച ചെയ്യാനാവാത്ത വിധം വാഗ്വാദങ്ങളും പോർവിളികളും കോലാഹലങ്ങളും പ്രതിഷേധങ്ങളും ഉണ്ടാകുന്നു. ഒരു സെഷൻ മൊത്തമായി ഒരു ചർച്ചയും നടക്കാതെ സാധാരണക്കാരുടെ നൂറുനൂറു കോടി ആദായനികുതി രൂപ നഷ്ടമാകുന്നു.

തിരഞ്ഞെടുപ്പു സമയത്ത് എല്ലാ രാഷ്ട്രീയ പാർട്ടികളും അവരവരുടേതായ പ്രകടനപത്രിക പരസ്യപ്പെടുത്തും. പാവങ്ങളുടെയും കൃഷിക്കാരുടെയും തൊഴിലാളികളുടെയും സാധാരണക്കാരുടെയും അഭിവൃദ്ധിക്കായി വൻ വാഗ്ദാനങ്ങൾ നല്കുന്നു. പട്ടിണി നിർമ്മാർജനം ചെയ്യാനും സാർവ്വത്രിക വിദ്യാഭ്യാസം നടപ്പാക്കാനും സ്ത്രീകൾ, പട്ടികജാതി പട്ടികവർഗ്ഗക്കാർ, മറ്റ് ചൂഷിത വിഭാഗക്കാർ എന്നിവരുടെ ക്ഷേമപദ്ധതികളുടെ പ്രഘോഷണങ്ങൾ ഉണ്ടാകുന്നു. അവർ ദശലക്ഷം തൊഴിലവസരങ്ങളും, ഏവരുടേയും പോക്കറ്റിൽ ലക്ഷക്കണക്കിനു രൂപയും വാഗ്ദാനം ചെയ്യുന്നു. തിരഞ്ഞെടുപ്പിൽ ജയിച്ച് അധികാരം നേടിയാൽ രാഷ്ട്രീയ പാർട്ടികൾ ഒട്ടുമുക്കാൽ വാഗ്ദാനങ്ങളും മറക്കുന്നു. വാഗ്ദാനം നിറവേറ്റാൻ ഒന്നും ചെയ്യാറില്ല. അതിനാൽ പ്രകടനപത്രികകൾ അപ്രസക്തമാകുന്നു.

തിരഞ്ഞെടുക്കപ്പെട്ട പ്രതിനിധികൾ ഭരണഘടനാസ്ഥാനങ്ങൾ അല

ങ്കരിച്ച് പ്രവർത്തിക്കുമ്പോഴും ഭരണഘടനയിൽ വിശ്വസിക്കുന്നവരായി തോന്നുന്നില്ല. അവരുടെ നിലപാടുകൾ അവസരോചിതം സമ്മർദ്ദത്തിനു കീഴ്പ്പെട്ട് മാറിമറിയുന്നു. അവർ പാർട്ടി മാറുന്നു. അതിലൊരു ധാർമ്മികതയുമില്ല, അവിശുദ്ധ കൂട്ടുകെട്ടുമാത്രം. ഈ പ്രവണത ഭരണനിർവ്വഹണത്തിനോ, സമ്മതിദാനം നല്കിയ പൗരസമൂഹത്തിനോ ജനാധിപത്യവ്യവസ്ഥിതിക്കോ ഗുണം ചെയ്യുന്നില്ല. എന്നുമാത്രമല്ല, അത് ജനാധിപത്യത്തെ ദുർബ്ബലമാക്കുന്നു.

വിധാനസഭയെപ്പറ്റിയോ ലോക്സഭയെപ്പറ്റിയോ ഒരു ചുക്കും അറിയാത്തവർ അവരുടെ പണാധിപത്യംകൊണ്ടും കൈക്കരുത്തുകൊണ്ടും തിരഞ്ഞെടുക്കപ്പെടുന്നു. തങ്ങളുടെ മണ്ഡലത്തിലെ ജനങ്ങളുടെ നീറുന്ന പ്രശ്നങ്ങളറിയാതെ, പണം വാരിവിതറി സമ്മതിദായകരെ വിലയ്ക്ക് വാങ്ങിയും, ജാതിചിന്ത വളർത്തിയും, ഗുണ്ടാവിളയാട്ടത്തിലൂടെയും വോട്ടുപിടിച്ച് ജയിക്കുന്നു.

ഈ പതനം എങ്ങനെ വന്നു? എവിടെയാണ് നമുക്ക് പരാജയം സംഭവിച്ചത്? ഭരണഘടന, അതെത്രതന്നെ മികവുറ്റതാണെങ്കിലും, അതിന്റെ അന്തഃസത്ത ഉൾക്കൊണ്ട് ഫലപ്രദമായി അതിനെ ഉപയോഗിച്ചില്ലെങ്കിലോ, ഭരണഘടന അനുശാസിക്കും വിധം പ്രവർത്തിപ്പിക്കാൻ പോന്ന സമ്മതിദായകരില്ലെങ്കിലോ അതിന് തനിച്ചൊന്നും ചെയ്യാനാകില്ല. ഭരണഘടനയുടെ നക്കൽ അവതരിപ്പിച്ചുകൊണ്ട് ഡോ. അംബേദ്കർ നടത്തിയ താക്കീത് ഓർക്കുക: "എത്ര ഉദാത്തമായ ഭരണഘടന ആയാലും കൈകാര്യം ചെയ്യുന്നവർ മോശം കൂട്ടരായാൽ അത് മോശമാകും."

10.2 അവകാശലംഘനം

ജനാധിപത്യ വ്യവസ്ഥയുടെ അടിത്തറ അഭിപ്രായ സ്വാതന്ത്ര്യമാണ് എന്ന ഉറച്ച ബോധം നമ്മുടെ ഭരണഘടനാ ശില്പികൾക്കുണ്ടായിരുന്നു. ഭരണഘടനയിലെ ആർട്ടിക്കിൾ 19(1)(A)എല്ലാ പൗരന്മാർക്കും അഭിപ്രായ സ്വാതന്ത്ര്യം വാഗ്ദാനം ചെയ്യുന്നു. ഈ വകുപ്പിലെ അഭിപ്രായ സ്വാതന്ത്ര്യം ജനങ്ങൾക്ക് സ്വതന്ത്രമായി നിർബ്ബാധം വിരുദ്ധ അഭിപ്രായങ്ങൾ പറയാനുള്ള അവകാശം നല്കുന്നു. ഈ അഭിപ്രായ സ്വാതന്ത്ര്യം സർവ്വസ്വതന്ത്രമാണ്. പോയകാലത്തിന്റെ വിലക്കുകളോ സമകാലിക ബന്ധനങ്ങളോ തടസ്സമാകരുത്. ജനാധിപത്യത്തിന്റെ അടിസ്ഥാന സ്വഭാവം അപരന്റെ അഭിപ്രായത്തെ മാനിക്കുകയും സംരക്ഷിക്കുകയുമാകുന്നു. നമ്മുടെ ഭരണഘടന മൗലിക അവകാശങ്ങളെ നിയന്ത്രിക്കുന്ന ഒരു ശ്രമത്തെയും അംഗീകരിക്കുന്നില്ല. വിരുദ്ധ അഭിപ്രായത്തോടുള്ള അസഹിഷ്ണുത ജനാധിപത്യത്തിന് അപകടമാണ്. ഫ്രഞ്ച് ചിന്തകനായ വോൾട്ടയറിന്റെ പ്രസ്താവന ഇവിടെ പ്രസക്തമാകുന്നു, "നിങ്ങൾ പറയുന്നത് ഞാൻ അംഗീകരിക്കുന്നില്ല, എന്നാൽ പറയാനുള്ള നിങ്ങളുടെ അവകാശത്തിനുവേണ്ടി മരണംവരെ ഞാൻ പൊരുതും."

സമൂഹത്തിലെ സർവ്വതോമ്മുഖ വികസനത്തിന് ആദ്യപടി വ്യക്തി സ്വാതന്ത്ര്യമാകുന്നു. ആയതിനാൽ, പരമ്പരാഗതമായ എതിർപ്പുണ്ടെങ്കിലും സത്യം തിരയുന്ന വ്യക്തിയുടെ സ്വാതന്ത്ര്യത്തിൽ നിയന്ത്രണം പാടില്ല. എല്ലാ പ്രമുഖ വിഷയങ്ങളിലും തുറന്ന സംവാദം അനിവാര്യമാണ്. പാരമ്പര്യത്തെ നിർബ്വാധം പിന്തുടരുന്നതിലൂടെ അഭിവൃദ്ധി കൈവരിക്കാനാകില്ല, ശാസ്ത്രീയതയിലധിഷ്ഠിതമായ വിശകലനത്തിലൂടെ ജനങ്ങളുടെ മനോഭാവത്തിൽ മാറ്റം വരുത്തുന്ന നൂതന ആശയങ്ങൾ വേണ്ടിവരും. ചിന്താശക്തിയുടെ വളർച്ചയ്ക്കും ആശയം വികസിപ്പിക്കാനും ബൗദ്ധികലോകത്തിന്റെ വികാസത്തിനും വ്യക്തിത്വം ഉയർത്താനും വേണ്ട സാഹചര്യം ഏവർക്കും ലഭ്യമാകണം.

കഴിഞ്ഞ ഏഴു പതിറ്റാണ്ടായി നാം അനുഭവിച്ച അവകാശങ്ങൾ നഷ്ടമാകുമെന്ന ഭയത്തിലാണ് നാമിപ്പോൾ. സർക്കാരുകൾ അവരുടെ അധീനതയിലുള്ള ദൂരദർശൻ, റേഡിയോ തുടങ്ങിയ പൊതു മാധ്യമങ്ങളെ സർക്കാരിന്റെ വക്താക്കളാക്കി നിയന്ത്രിക്കുന്നു. സ്വകാര്യമാധ്യമങ്ങളെ പരസ്യം നല്കി പാട്ടിലാക്കുന്നു. സർക്കാരുകൾ അവരുടെ പരമാധികാരം ഉപയോഗിച്ച് പുസ്തകങ്ങളും സിനിമകളും ചിത്രങ്ങളും നിരോധിക്കുന്നു. കലാകാരന്മാരെയും സാമൂഹ്യപ്രവർത്തകരെയും വിദ്യാർത്ഥികളെയും രാജ്യദ്രോഹക്കുറ്റവും മറ്റ് ക്രിമിനൽ കുറ്റങ്ങളും ചുമത്തി കൽത്തുറുങ്കുകളിലടയ്ക്കുന്നു. അവർ വധിക്കപ്പെടുന്നു. ജനങ്ങൾ എന്തറിയണമെന്നും എന്തറിയരുതെന്നും അവർ തീരുമാനിച്ച് മാധ്യമങ്ങളെ നിയന്ത്രിക്കുന്നു. അധികാരത്തിനു വഴങ്ങി വാർത്തകളെ വളച്ചൊടിച്ചവതരിപ്പിക്കുന്ന എത്രയോ ഉദാഹരണങ്ങൾ ചൂണ്ടിക്കാട്ടാനാകും.

വിവര സാങ്കേതികവിദ്യ ജനങ്ങളെ ഒരുമിപ്പിച്ചു എന്നും ലോകത്തെ ഒരു ആഗോളഗ്രാമമാക്കിയെന്നും പറഞ്ഞു വരുന്നു. എന്നാൽ ഇന്ത്യ ഉൾപ്പെടെ ലോകത്തിലാരും സ്ത്രീകളുടെയോ ന്യൂനപക്ഷത്തിന്റെയോ കുഞ്ഞുങ്ങളുടെയോ അസംഘടിത കൂലിപ്പണിക്കാരുടെയോ നിരക്ഷരകുക്ഷികളുടെയോ പട്ടികജാതി പട്ടിക വർഗ്ഗക്കാരുടെയോ നിലവിളികൾ കേൾക്കുന്നില്ല, അവർക്കെന്തുവേണം എന്ന വാർത്തപോലും അവരറിയുന്നില്ല. അത്തരം അവസ്ഥയിൽ നമ്മൾ നേടിയതെല്ലാം നഷ്ടമാവാൻ തുടങ്ങുകയാണ്. വിട്ടുമാറാതെ നമ്മെ പിന്തുടരുന്ന വെല്ലുവിളികളാണിവ.

10.3 നിയമവ്യവസ്ഥ അപകടത്തിൽ

ഇന്ത്യയിൽ ഭരണഘടന സർവ്വശ്രേഷ്ഠമാണ്. നിയമ സഭയും, ഭരണകൂടവും, ന്യായാലയവും പ്രവർത്തിക്കുന്നത് ഭരണഘടനപ്രകാരമാണ്. നിയമസഭ ഉണ്ടാക്കുന്ന നിയമങ്ങളും, ഭരണകൂടം പുറപ്പെടുവിക്കുന്ന ഉത്തരവുകളും ആവിഷ്കരിക്കുന്ന പദ്ധതികളും പരിപാടികളും, അതുപോലെ ന്യായാലയങ്ങളിലെ തീർപ്പുകളും എല്ലാം ഭരണഘടനാവിധേയമായിരിക്കണം. എല്ലാ വ്യക്തികളും സ്ഥാപനങ്ങളും ഭരണഘടനയോടു വിധേയത്വം പുലർത്തണം. ആരും ഭരണഘടനയ്ക്കതീതരല്ല.

'രാജാവ് നിയമമല്ല, നിയമമാണ് രാജാവ്.' (King is not law, law is the king).

എന്നാൽ അടുത്തകാലത്തായി നിയമവാഴ്ചയുടെ ധ്വംസനങ്ങൾ നടക്കുന്നു. ദേശത്തിന്റെ എല്ലാ മഹാനഗരങ്ങളിലും ഗുണ്ടാ സംഘങ്ങൾ വിളയാടുന്നു. മുംബൈ, കൊല്ക്കത്ത, ചെന്നൈ, ഡൽഹി തുടങ്ങിയ മഹാനഗരങ്ങളിൽ മാഫിയാ സംഘങ്ങൾ പ്രവർത്തിക്കുന്നു. ചന്തയിലെ പച്ചക്കറിയുടെ വിലപോലെയാണ് മാഫിയകൾ അവരുടെ നിരക്ക് പരസ്യമായി പറയുന്നത്. ഒരു കാലോ ഒരു കൈയോ ഒരു തലയോ വെട്ടിമാറ്റുന്നതിനുള്ള നിരക്കുകൾ നിജപ്പെടുത്തിയ മാതിരിയാണ് അവർ പ്രവർത്തിക്കുന്നത്. കുടിയൊഴിപ്പിക്കുന്നതിനും കിട്ടാക്കടം പിരിക്കുന്നതിനും ഭൂമിപിടിച്ചെടുക്കുന്നതിനും അങ്ങനെ പലതിനും മാഫിയകളെ ഉപയോഗിക്കുന്നു. മാഫിയാവൃത്തി എന്നത് ചിലർക്ക് തൊഴിലാണ്. ഇത്തരം പരിതസ്ഥിതിയിൽ നിയമവാഴ്ചയ്ക്ക് എവിടെ സ്ഥാനം?

നാഷണൽ ക്രൈം റെക്കോർഡ് ബ്യൂറോ (NCRB) യുടെ റിപ്പോർട്ട് പ്രകാരം തൊട്ടുകൂടാത്തവർക്കെതിരെ ദിനംപ്രതി 27 അതിക്രമങ്ങൾ നടക്കുന്നു. പ്രതിദിനം അവരുടെ 5 വീടുകൾ ചുട്ടുകരിക്കപ്പെടുന്നു, മൂന്നു സ്ത്രീകൾ ബലാത്സംഗം ചെയ്യപ്പെടുന്നു, 11 പേർ മർദ്ദിക്കപ്പെടുന്നു. ആഴ്ചയിൽ 13 തൊട്ടുകൂടാത്തവർ കൊല്ലപ്പെടുന്നുണ്ടെന്നും 100 ൽ പരം അത്യാചാരങ്ങൾ അവർക്കെതിരെ നടക്കുന്നുണ്ടെന്നുമാണ് പഠനം വെളിപ്പെടുത്തുന്നത്. ഇതിൽ പലതും റിപ്പോർട്ട് ചെയ്യപ്പെടുന്നില്ല. റിപ്പോർട്ടു ചെയ്യപ്പെടുന്നതിൽ തന്നെ ബഹുഭൂരിപക്ഷം സംഭവങ്ങളിലും കുറ്റവാളികൾ ശിക്ഷിക്കപ്പെടുന്നില്ല.

NCRBയുടെ 2016 റിപ്പോർട്ടനുസരിച്ച് 77 മിനിറ്റിൽ ഒരു സ്ത്രീ പീഡിപ്പിക്കപ്പെടുന്നു, ആറു മണിക്കൂറിൽ ഒരു സ്ത്രീ ജീവനോടെ ചുട്ടുകരിക്കപ്പെടുകയോ തല്ലിക്കൊല്ലപ്പെടുകയോ ആത്മഹത്യയിലേക്ക് തള്ളിയിടപ്പെടുകയോ ചെയ്യുന്നു. വിവാഹിതരായ 100 സ്ത്രീകളിൽ 20 പേർ ഭർത്താവിനാലോ ഭർതൃബന്ധുക്കളാലോ ആക്രമിക്കപ്പെടുന്നു, ഓരോ 47 മിനിറ്റുകളിലും ഒരു സ്ത്രീ ലൈംഗിക പീഡനത്തിനിരയാകുന്നു. പട്ടണങ്ങളിൽ ശരാശരി 96% സ്ത്രീത്തൊഴിലാളികൾ ഒരിക്കലെങ്കിലും ലൈംഗിക അതിക്രമം അനുഭവിക്കുന്നു. ദിനംതോറും പ്രായപൂർത്തിയാകാത്ത പെൺകുട്ടികൾക്കുനേരെയുള്ള ലൈംഗിക അതിക്രമം, അമ്ലലായിനി ഒഴിക്കൽ, ചൂടുള്ള എണ്ണയൊഴിക്കൽ തുടങ്ങിയ അതിക്രമങ്ങൾ വർദ്ധിച്ചുവരുന്നു. പലതും പുറംലോകം അറിയുന്നതേയില്ല.

ഇൻസ്റ്റിറ്റ്യൂട്ട് ആഫ് സോഷ്യൽ സയൻസ് നടത്തിയ പഠനപ്രകാരം ഓരോ വർഷവും ഏതാണ്ട് 45,000 കുട്ടികൾ അപ്രത്യക്ഷരാകുന്നു. അവരിൽ 11,000 പേർ ഒരിക്കലും തിരികെ വരുന്നതേയില്ല. തട്ടിയെടുക്കപ്പെടുന്ന കുട്ടികൾ യാചനയിടങ്ങളിലോ വ്യഭിചാരത്തെരുവുകളിലോ അടിഞ്ഞുകൂടുന്ന വ്യവസായം അഭംഗുരം തുടരുന്നു. അതുപോലെതന്നെ പണ

ത്തിനായും തട്ടിക്കൊണ്ടുപോകൽ നടക്കുന്നു. ഈ വഴികളിലൂടെ സ്ത്രീകളും കുട്ടികളും വില്പനച്ചരക്കുകളാകുന്നു.

ഉത്തരഭാരതത്തിലെ ചില സംസ്ഥാനങ്ങളിൽ ഖാപ്പ്പഞ്ചായത്തുകൾ ഭരണഘടനയെയും ദേശത്ത് നിലവിലുള്ള നിയമങ്ങളെയും അവഗണിച്ച് പെൺകുട്ടികൾക്ക് ധാരാളം വിലക്കുകൾ ഏർപ്പെടുത്തുന്നു. വിവാഹ പ്രായപരിധി, ഭ്രൂണഹത്യ, മിശ്രവിവാഹം, സ്ത്രീധനം, വിദ്യാഭ്യാസം തുടങ്ങിയ കാര്യങ്ങളിൽ അവർ ഭരണഘടനാ ഗരിമ കാറ്റിൽ പറത്തി തീർപ്പുകൾ കല്പിച്ച് നടപ്പാക്കിവരുന്നു. കുടുംബത്തിന്റെ അന്തസ്സ് കാത്തുസൂക്ഷിക്കാനെന്ന വ്യാജേന പെൺകുട്ടികളിലും സ്ത്രീകളിലും വിലക്കുകൾ അടിച്ചേല്പിക്കുന്നു. ഖാപ് പഞ്ചായത്തിന്റെ ഏതെങ്കിലും തീർപ്പുകൾ ലംഘിച്ചാൽ പെൺകുട്ടികളെ ആഭിജാത്യത്തിന്റെ പേരിൽ പരസ്യമായി കൊല ചെയ്യുന്നു. അങ്ങനെ സമാന്തര ന്യായവ്യവസ്ഥകളും പഞ്ചായത് കോടതികളും ഇപ്പോഴും നിലനില്ക്കുന്നു.

ജീവനും സ്വത്തിനും സംരക്ഷണം നല്കുക, കുറ്റവാളികളെ നിയമത്തിൻ കീഴിൽ കൊണ്ടുവരിക, കുറ്റകൃത്യങ്ങൾ അന്വേഷിച്ച് കോടതി മുഖേന ശിക്ഷവാങ്ങിക്കൊടുക്കുക എന്നതാണ് പൊലീസിന്റെ പ്രധാന കടമ. എന്നാൽ പൊലീസ് സ്റ്റേഷനിലെ പീഡനംമൂലം ഉണ്ടാകുന്ന കസ്റ്റഡിമരണങ്ങൾ നിത്യസംഭവങ്ങളാകുന്നു. 2013, 2014, 2015, 2016 വർഷങ്ങളിൽ യഥാക്രമം 118, 93, 07, 00 കസ്റ്റഡിമരണങ്ങൾ നടന്നതായി എൻ സി ആർ ബി റിപ്പോർട്ട് ചെയ്തിട്ടുണ്ട്. ജയിൽത്തടവുകാർപോലും പീഡനത്താലും മറ്റു കാരണങ്ങളാലും മരണപ്പെടുന്നു. 2017 ൽ 894 തടവുകാർ മരണപ്പെട്ടു. വ്യാജ ഏറ്റുമുട്ടൽ പ്രകാരവും പൊലീസ് കൊല നടത്തുന്നു. 2017 ൽ ഉത്തർപ്രദേശത്ത് 1200 ഏറ്റുമുട്ടലുകളിലായി 50 മരണം നടന്നു. വേലിതന്നെ വിളവു തിന്നുന്ന ഇത്തരം പശ്ചാത്തലത്തിൽ നിയമവാഴ്ച അവധി എടുത്തിരിക്കുന്നു എന്നു തോന്നാം.

മേലുദ്ധരിച്ച കണക്കുകൾ റിപ്പോർട്ട് ചെയ്യപ്പെട്ടവയാണ്. എന്നാൽ അത്തരം ധാരാളം സംഭവങ്ങൾ റിപ്പോർട്ട് ചെയ്യപ്പെടാതെയോ പുറംലോകം അറിയാതെയോ പോകുന്നുണ്ട്. പ്രോസികൂഷന്റെ പിടിപ്പുകേട്, കൂറുമാറുന്ന സാക്ഷികൾ, നിയമ പാളിച്ചകൾ, വ്യവഹാരത്തിലെ തെറ്റുകൾ, വക്കീൽമാരുടെയും ന്യായാധിപന്മാരുടെയും നിലപാടുകൾ മുതലായ കാരണങ്ങളാൽ കുറ്റവാളികൾ രക്ഷപ്പെടുന്നത് നിത്യസംഭവമാകുന്നു.

10.4 ജനാധിപത്യ സംവിധാനങ്ങളുടെ പരമാധികാരത്തിന് പ്രഹരം

സ്വതന്ത്ര ഇന്ത്യയിലെ സ്വയംഭരണ ജനകീയ പ്രസ്ഥാനങ്ങൾ സാമാന്യജനജീവിതനിലവാരം മെച്ചപ്പെടുത്തുന്നതിനായി യത്നിച്ചു. സാമൂഹ്യസന്തുലനം, സുരക്ഷ, ഐക്യം, ഉന്നമനം എന്നീ മേഖലകളിൽ അവയുടെ പങ്കുണ്ട്. എന്നാൽ ഇന്നീ സ്ഥാപനങ്ങളുടെ പരമാധികാരം നഷ്ടമായിക്കൊണ്ടിരിക്കുന്നു. ഈ സ്ഥാപനങ്ങളിൽ യാഥാസ്ഥിതികരും

വർഗ്ഗീയവാദികളും നുഴഞ്ഞുകയറിയ കാരണത്താൽ അവയ്ക്ക് ജനാധിപത്യപരമായ സ്വഭാവം നഷ്ടമായിക്കൊണ്ടിരിക്കുന്നു.

നമ്മുടെ നീതിന്യായ വ്യവസ്ഥിതിക്ക് ഭരണഘടനയിൽ നിർണ്ണായക സ്ഥാനമാണുള്ളത്. നിയമനിർമ്മാണസഭയിൽനിന്നും എക്സിക്യൂട്ടീവിൽ നിന്നും വേർപെടുത്തപ്പെട്ട നീതിന്യായ വ്യവസ്ഥിതി ഒരു പരമാധികാര ഘടകമാണ്. ഭരണഘടനയെയും അതിന്റെ മൗലിക തത്ത്വങ്ങളായ ജനാധിപത്യത്തെയും മതനിരപേക്ഷതയെയും പരിരക്ഷിക്കുന്നതിനും പരിപോഷിപ്പിക്കുന്നതിനും നീതിന്യായ പ്രസ്ഥാനം അതിന്റെ വിധികളിലൂടെ അതിന്റേതായ സംഭാവനകൾ നല്കിയിട്ടുണ്ട്. ജനങ്ങളുടെ ജനാധിപത്യത്തിലുള്ള വിശ്വാസം കാത്തുസൂക്ഷിക്കാനായി. എന്നാൽ അടുത്ത കാലത്തായി കടന്നുവന്ന ചില സംഭവങ്ങൾ നീതിന്യായവ്യവസ്ഥയുടെ പോലും പരമാധികാരത്തിൽ ആഘാതം ഉണ്ടാക്കിയിരിക്കുന്നു.

സുപ്രീംകോടതിയിലും ഹൈക്കോടതികളിലും ഡിസ്ട്രിക്ട് കോടതികളിലും ജഡ്ജിമാരുടെ ഒഴിവുകൾ യഥാക്രമം 20%, 30%, 40% ആണ്. കേന്ദ്രസർക്കാരിനും സുപ്രീംകോടതിക്കും ഇടയിലെ ഭിന്നത കാരണം ജഡ്ജിമാരുടെ നിയമനം, സ്ഥലം മാറ്റം, സ്ഥാനക്കയറ്റം എന്നിവ സംബന്ധിച്ച പെരുമാറ്റച്ചട്ടം തീർപ്പാകാതെ തുടരുകയാണ്. എക്സിക്യൂട്ടീവിന് മുൻതൂക്കം നേടിയെടുക്കാൻ അവർ കിണഞ്ഞു ശ്രമിക്കുന്നു. മുതിർന്ന ജഡ്ജിമാർ സഹികെട്ട് അവരുടെ രോഷം ജനസമക്ഷം തുറന്നുപറയുകയുണ്ടായി. കേന്ദ്ര സർക്കാരാകട്ടെ ജഡ്ജ് നിയമനം സംബന്ധിച്ച എല്ലാ രീതികളും അവഗണിച്ച് കൊളീജിയം ശുപാർശ ചെയ്ത പേരുകൾ തിരിച്ചയക്കുകയാണ്. അവർ കാരണം കൂടാതെ തീരുമാനങ്ങൾ നീട്ടിക്കൊണ്ടുപോകുകയും സുപ്രീംകോടതിയെ മറികടന്ന് ഹൈക്കോടതികളുമായി നേരിട്ട് ഇടപെടുകയും ചെയ്യുന്നു. ഈ പ്രവണതകൾ നീതിനിർവ്വഹണത്തെ സാരമായി ബാധിച്ചിരിക്കുന്നു.

റിസർവ്വ് ബാങ്ക്, സി ബി ഐ തുടങ്ങിയ പരമാധികാര സ്ഥാപനങ്ങളിൽ ഇടപെടൽ നടത്തി നിയതികളെ കാറ്റിൽ പറത്തി മാറ്റങ്ങൾ വരുത്തി ആ സ്ഥാപനങ്ങളുടെ തലപ്പത്ത് ഇഷ്ടരെ അവരോധിച്ച് അവയുടെ പരമാധികാരത്തെ അപകടത്തിലാക്കുന്നു.

സംശുദ്ധ പാഠ്യപദ്ധതി വഴി യുവമനസ്സുകളിൽ ബൗദ്ധികത വളർത്തേണ്ട ഉന്നത വിദ്യഭ്യാസ സ്ഥാപനങ്ങളിലും സർവ്വകലാശാലകളിലും സർക്കാർ ഇടപെടൽ നടത്തുന്നതുവഴി ഈ സ്ഥാപനങ്ങളുടെ പരമാധികാരം അപകടത്തിലാകുന്നു. മദ്രാസ് എഞ്ചിനീയറിങ് കോളേജ്, പൂനയിലെ എഫ് ടി ഐ ഐ, ന്യൂഡൽഹിയിലെ ജെ എൻ യു, ടാറ്റാ ഇൻസ്റ്റിറ്റ്യൂട്ട് ആഫ് സോഷ്യൽ സയൻസസ്, ഹൈദരാബാദ് സർവ്വകലാശാല, ജാധവ്പൂർ സർവ്വകലാശാല തുടങ്ങിയ സ്ഥാപനങ്ങളിൽ നടമാടിയ സംഭവങ്ങൾ ഉദാഹരണങ്ങളാണ്. ഈ സ്ഥാപനങ്ങളിലെ ഗ്രാന്റ് വെട്ടിക്കുറച്ചു, പലവൈജ്ഞാനിക ശാഖകളും നിർത്തലാക്കി, നൂറുകണക്കിൽ വിദ്യാർത്ഥികൾക്ക് ഉന്നത വിദ്യാഭ്യാസം നിരസിക്കപ്പെട്ടു. അങ്ങനെ ധാരാളം വിദ്യാഭ്യാസ സ്ഥാപനങ്ങൾ അക്രമത്തിനിരയായി.

തിരഞ്ഞെടുപ്പ് കമ്മീഷൻ, കേന്ദ്ര അന്വേഷണ ബ്യൂറോ (CBI), കേന്ദ്ര എൻഫോഴ്സ്മെന്റ് സെൽ, ഫിലിം സെൻസർ ബോർഡ് തുടങ്ങിയ സ്ഥാപനങ്ങളിലെ അടുത്തകാലത്തായി നടന്ന നിയമനങ്ങളും അവരുടെ പ്രവർത്തനരീതികളും ജനങ്ങളിൽ അതൃപ്തി ഉളവാക്കുന്നതാണ്.

10.5 മതനിരപേക്ഷതയും ജാത്യാതീതതയും അപകടത്തിൽ

മതനിരപേക്ഷതയെന്നാൽ രാജ്യഭരണത്തിൽനിന്ന് മതങ്ങളെ മാറ്റി നിർത്തുക എന്നതാണ്. സർക്കാരിന് മതമില്ല, ഉണ്ടാകാനും പാടില്ല. മത വിവേചനം പാടില്ല. സർക്കാർ നീതികൾ ഒരു മതത്തിന്റെയും സ്വാധീനത്തിലാകരുത്. അത്തരം രാഷ്ട്രീയവിന്യാസത്തെ മതനിരപേക്ഷ വ്യവസ്ഥ എന്നു പറയാം.

മതനിരപേക്ഷതയെന്നത് മതനിരാസമല്ല. എന്നാൽ മനുഷ്യത്വത്തിനെതിരായ, അനാരോഗ്യകരമായ, ഹിംസാത്മകമായ, പിന്തിരിപ്പനായ മാനവികതയെ ഹനിക്കുന്ന ഏതും വിലക്കാനുള്ള അവകാശം സർക്കാരിൽ നിക്ഷിപ്തമാണ്.

അടുത്തകാലത്തായി യാഥാസ്ഥിതികരും വർഗ്ഗീയവാദികളും അപകടകരമായ രീതിയിൽ പത്തി വിടർത്തിയിരിക്കുന്നു. ഈ ദുഷ്ടശക്തികൾ ജനതയുടെ ഐക്യം തകർക്കുന്നു. അവർ ജനസമൂഹത്തിനിടയിൽ ഭിത്തികൾ കെട്ടുന്നു. ജനങ്ങൾക്കിടയിൽ വിദ്വേഷം, ഹിംസ, അസൂയ, അവിശ്വാസം എന്നിവ പരത്തുന്നു. ഈ ശക്തികൾ രാഷ്ട്രീയത്തിലും ഭരണത്തിലും വിദ്യാഭ്യാസത്തിലും സിനിമയിലും കായികകളികളിലും സംഗീതത്തിലും കലകളിലും പൊലീസിലും അങ്ങനെ എല്ലായിടങ്ങളിലും നുഴഞ്ഞുകയറിക്കൂടിയിട്ടുണ്ടെന്നത് അപകടമാകുന്നു.

നാമെന്തു ഭുജിക്കണം, എന്തു ധരിക്കണം, എന്തുപറയണം, എങ്ങനെ പെരുമാറണം, ആരെ പ്രണയിക്കണം, ആരെ ജീവിതപങ്കാളിയാക്കണം, ആരോടു സംസാരിക്കണം, ആരോടിടപെടണം, എത്ര കുഞ്ഞുങ്ങൾക്ക് ജന്മം നല്കണം തുടങ്ങിയ നമ്മുടെ ജീവിതസ്വകാര്യതകളിൽ ഇടപെടൽ നടത്തി നമ്മുടെ നാനാത്വത്തിലധിഷ്ഠിതമായ സംസ്കാരത്തെ തകർക്കാൻ ഈ ശക്തികൾ ശ്രമിക്കുന്നു.

ഈ ശക്തികൾ ക്രിസ്ത്യൻ വൈദികരെ ചുട്ടുകൊല്ലുന്നു, കന്യാസ്ത്രീകളെ മാനഭംഗപ്പെടുത്തുന്നു, പള്ളികൾ പൊളിക്കുന്നു, ധാർമ്മിക പൊലീസ് ചമഞ്ഞ് ഗോസംരക്ഷണത്തിന്റെ വ്യാജേന വിധ്വംസക പ്രവൃത്തിയിൽ വിരാജിക്കുന്നു. ഹിന്ദുമതത്തിൽ മാത്രമല്ല, എല്ലാ മതങ്ങളിലും യാഥാസ്ഥിതികരും മതതിമിരം ബാധിച്ചവരുമുണ്ട്. അവർ ഭയവും ഭീതിയും അശരണത്വവും വിതയ്ക്കുന്നു. അവരെയെല്ലാം നമുക്ക് പരാജയപ്പെടുത്തേണ്ടതുണ്ട്.

തങ്ങൾക്ക് സമ്മതമില്ലാത്ത വ്യക്തികളുടെ തല വെട്ടിമാറ്റാനും നാക്കറുക്കാനും കൈയും കാലും ഒടിക്കാനും പരസ്യമായി ഒരു സങ്കോ

ചവും കൂടാതെ ദശലക്ഷങ്ങൾ പ്രഖ്യാപിക്കുന്നു. തിരഞ്ഞെടുക്കപ്പെട്ട പ്രതിനിധികളും ഉത്തരവാദപ്പെട്ട സ്ഥാനത്തിരിക്കുന്നവരും ജനങ്ങൾക്കിടയിൽ സ്പർദ്ധ വളർത്തുന്ന പ്രസ്താവനകൾ നടത്തുന്നത് ആശങ്കയുണ്ടാക്കുന്നതാണ്. സർക്കാർ ഇതിനെ അപലപിച്ച് ഉചിത ശിക്ഷ നടപ്പാക്കുന്നതിനുപകരം അവർക്കെതിരെയുള്ള ക്രിമിനൽ നടപടികൾ പിൻവലിക്കുകയാണ് ചെയ്യുന്നത്.

മതനിരപേക്ഷതയെന്നത് രാജ്യഭരണത്തിൽനിന്ന് മതത്തെ മാറ്റിനിർത്തുകയെന്നതാണ്. മതാചാര്യന്മാരും മഠാധിപതികളും രാഷ്ട്രീയത്തിൽ വ്യവഹരിക്കുന്നു എന്നത് നിർഭാഗ്യകരമാണ്. മതങ്ങളിലെ ഉന്നതർ ജനവിധി തേടുന്നു. രാഷ്ട്രീയ അധികാരം മതനേതാക്കളിലേക്ക് പകർന്നു നല്കുന്നത് അപകട സൂചനയാണ്.

ഇത്തരം സംഭവങ്ങളെല്ലാം മതനിരപേക്ഷതയ്ക്കും നാനാത്വത്തിനും ക്ഷതം ഏല്പിക്കുന്നു. അതിന്റെ ഫലമായി രാജ്യത്ത് സമാധാനം നഷ്ടമാകുന്നു, വികസനം മുരടിക്കുന്നു, ഹിംസ വർദ്ധിച്ചുവരുന്നു. ഒപ്പം ജനങ്ങളിൽ ഭയവും അശരണത്വവും വളരുന്നു.

10.6 ക്ഷേമരാഷ്ട്ര സങ്കല്പങ്ങൾ വിസ്മൃതിയിൽ

നമ്മുടെ ഭരണഘടനയിൽ ഭാരതത്തെ ഒരു ക്ഷേമരാഷ്ട്രമാക്കാനുള്ള പരികല്പനയാണുള്ളത്. ക്ഷേമരാഷ്ട്രമെന്നാൽ ജനങ്ങളുടെ അടിസ്ഥാന ആവശ്യങ്ങളായ ഭക്ഷണം, കിടപ്പാടം, കുടിവെള്ളം, ആരോഗ്യം, വിദ്യാഭ്യാസം, തൊഴിൽ മുതലായവ സ്വായത്തമാക്കുന്നതിൽ മുഖ്യ ഉത്തരവാദിത്വം വഹിക്കുന്ന സർക്കാർ. എന്നാൽ അടുത്തകാലത്തെ സർക്കാരുകൾ വിദ്യാഭ്യാസവും ആരോഗ്യവും ഉൾപ്പെടെയുള്ള എല്ലാ മേഖലകളും സ്വകാര്യ കൈകളിലേല്പിച്ച് ഉത്തരവാദിത്വത്തിൽ നിന്നൊഴിഞ്ഞു നില്പാണ്. സ്വകാര്യ കമ്പനികളാകട്ടെ ലാഭേച്ഛയാൽ കച്ചവട താല്പര്യത്തിൽ പ്രവർത്തിക്കുന്നു, ജനങ്ങൾ ദുരിതം സഹിക്കുന്നു.

ഇന്ത്യ ഉന്നതവിദ്യാഭ്യാസം, ശാസ്ത്രം, സാങ്കേതികവിദ്യ, ബഹിരാകാശ വിജ്ഞാനം, വിവരസാങ്കേതികവിദ്യ, ഗതാഗതം തുടങ്ങിയ മേഖലകളിൽ വിപ്ലവകരമായ പുരോഗതി കൈവരിച്ചിട്ടുണ്ട്. ആ നേട്ടങ്ങളുടെ ഫലമായി ഇന്ത്യ വ്യവസായ ഉല്പന്നങ്ങളിലും കാർഷിക ഉല്പന്നങ്ങളിലും സേവന വ്യവസായത്തിലും ഭാരിച്ച സമ്പത്തുണ്ടാക്കി. ഇന്ത്യ ഇന്ന് എന്നത്തേക്കാളും സമ്പന്നമാണ്. എന്നാൽ പ്രശ്നം ആരുടെ കൈകളിലാണീ സമ്പത്ത് എന്നതാണ്. കൂടുതൽ സമ്പത്ത് സമ്പന്നരുടെ കൈകളിലെത്തിയാൽ അത് ചെറുതായൊഴുകി പാവങ്ങളുടെ കൈകളിലെത്തും എന്ന വാദം തെറ്റാണെന്ന് തെളിഞ്ഞിരിക്കുന്നു. കുറച്ചു പേരുടെ കൈകളിൽ വൻ സമ്പത്തെത്തുന്നു. ബഹുഭൂരിപക്ഷം ജനങ്ങളും സമ്പത്തിന്റെ ഒരു ചെറിയ ഭാഗം പങ്കിടുന്നു. സമ്പത്തിന്റെയും വിഭവങ്ങളുടെയും സമത്വരഹിതമായ വിതരണത്തിൽ കഷ്ടത അനുഭവിക്കുന്നു. അങ്ങനെ നമ്മൾ ഒരു അസമത്വ ഇന്ത്യയെ നിർമ്മിച്ചെടുത്തു.

ഈ അസമത്വം കാരണം ബഹുഭൂരിപക്ഷം ജനങ്ങളും വിശപ്പിലും, ദാരിദ്ര്യത്തിലും, തൊഴിലില്ലായ്മയിലും, അശരണത്വത്തിലും അങ്ങനെ പലതിലും പെട്ട് വലയുകയാണ്.

ദേശത്തിന്റെ സമ്പത്ത് വിതാനപ്പട്ടിക:

ക്രമസംഖ്യ	*ജനസംഖ്യാശതമാനം*	*സമ്പത്ത് ശതമാനം*
1	1	58
2	9	22
3	90	20

ഇന്ന് അഴിമതി സമൂഹത്തിന്റെ എല്ലാ ഇടങ്ങളിലും വ്യാപിച്ചു കഴിഞ്ഞു. പ്രതിരോധമന്ത്രാലയത്തിലും ഗവേഷണത്തിലും നീതിന്യായ വ്യവസ്ഥിതിയിലും വിദ്യാഭ്യാസത്തിലും ആരോഗ്യപരിരക്ഷ തുടങ്ങിയ മേഖലകളിലും അഴിമതി പടർന്നു എന്നത് ആശങ്കാജനകമാണ്. രാഷ്ട്രീയ അഴിമതി മറ്റെല്ലാ അഴിമതികളെയും നിയന്ത്രിക്കുന്നു. അഴിമതി ഉള്ള ഇടങ്ങളിൽ മികവിനോ അദ്ധ്വാനത്തിനോ ആത്മാർത്ഥതയ്ക്കോ ഒരു മതിപ്പും ഉണ്ടാകില്ല. എല്ലാം വിലയ്ക്കു വാങ്ങാവുന്നിടത്ത് നീതിന്യായത്തിനെന്തു മൂല്യം?

വിജയ് മല്യാ, ലളിത് മോഡി, നീരവ് മോഡി, മെഹിൽ ചോക്സി തുടങ്ങിയവർ നമ്മുടെ ദേശവല്കൃത ബാങ്കുകളിൽനിന്ന് ആയിരക്കണക്കിന് കോടി രൂപയുടെ വായ്പയെടുത്ത് തിരിച്ചടയ്ക്കാതെ മുങ്ങി നാടുവിട്ട് അന്യദേശങ്ങളിൽ സുഖലോലുപരായി വാഴുന്നു. കഴിഞ്ഞ പത്തു വർഷങ്ങൾക്കിടയിൽ അതായത് 2007 മുതൽ 2017 വരെ ബാങ്കുകൾ ദശലക്ഷം രൂപ കിട്ടാക്കടമായി പ്രഖ്യാപിക്കുകയും ആ അതിസമ്പന്നരുടെ കടം എഴുതിത്തള്ളുകയും ചെയ്യുകയുണ്ടായി. ഈ ക്രിമിനലുകളെ നാട്ടിലെത്തിച്ച് നിയമത്തിന്റെ വലയിൽ കൊണ്ടുവരാൻ സർക്കാരിനായില്ല. അങ്ങനെ സാധാരണ ജനത്തിന്റെ അദ്ധ്വാനം കൊള്ളയടിക്കപ്പെടുന്നു.

ഒരുവശത്ത് വൻകിട കമ്പനികളും ഉടമകളും കൊടുത്തിരിക്കേണ്ട ദശലക്ഷക്കണക്കിലുള്ള നികുതി പിരിച്ചെടുക്കാൻ കഴിയുന്നില്ലെങ്കിൽ മറുവശത്ത് സാധാരണ ജനങ്ങളുടെ മേൽ അമിതനികുതി ചുമത്തുന്നു. ഇത്തരം പ്രവണതകൾ മൂലം സാധാരണക്കാരുടെ ജീവിതം കൂടുതൽ ക്കൂടുതൽ കഷ്ടത്തിലാകുന്നു.

10.7 അപ്രസക്തമാകുന്ന സാമൂഹ്യനീതി

20-ാം നൂറ്റാണ്ടിന്റെ അവസാനംവരെ സാമൂഹ്യനീതി സമൂഹത്തിന്റെ ആദർശമായിരുന്നു. അത് ബലപ്രയോഗത്തിലൂടെ നടപ്പാക്കാൻ പറ്റാത്തതായി തുടർന്നു. "സാമൂഹ്യനീതി എന്നത് ഭിക്ഷയല്ല, മറിച്ച് അവകാശമാണെ"ന്ന് ഇദംപ്രഥമമായി ഡോ. ബാബാസാഹെബ് അംബേ

ദ്കർ വാദിച്ചു. അദ്ദേഹം ദേശീയതലത്തിൽ സാമൂഹ്യനീതിക്കായി സമരം സംഘടിപ്പിച്ചു. ഈ സമരത്തിന്റെ ഫലമായി സാമൂഹ്യനീതി ആദർശത്തിലൊതുങ്ങിപ്പോകാതെ സർക്കാർ നീതിയായി. സ്വാതന്ത്ര്യത്തിനുമുൻപുതന്നെ സാമൂഹ്യനീതിയെ സഹായിക്കുന്ന കുറച്ചുനിയമങ്ങൾ നിലവിൽ വന്നിരുന്നു.

നമ്മുടെ ഭരണഘടനയുടെ ആമുഖത്തിൽ സാമൂഹ്യനീതിക്ക് പ്രമുഖ സ്ഥാനമാണുള്ളത്. ഏവരും നിയമദൃഷ്ട്യാ തുല്യരാണ്. ജാതിയുടെയോ വർണ്ണത്തിന്റെയോ ലിംഗത്തിന്റെയോ മതത്തിന്റെയോ അടിസ്ഥാനത്തിൽ ആരും വിവേചനം കാട്ടരുത്. സർക്കാരിന്റെ ലക്ഷ്യം എല്ലാ പൗരന്മാരുടെയും ക്ഷേമമാണ്. തുല്യതയെന്നാൽ ഏവർക്കും തങ്ങളുടെ വ്യക്തിത്വം രൂപപ്പെടുത്താൻ തുല്യ അവസരങ്ങൾ ഉണ്ടാകുക എന്നതാണെന്ന് വ്യക്തമാക്കപ്പെട്ടിട്ടുണ്ട്.

സാമൂഹ്യമായി പിന്നോക്കം നില്ക്കുന്നവർ, പാവങ്ങൾ, ചൂഷണത്താൽ അശക്തരും ആലംബഹീനരുമായവർ എന്നിവരെ സാമൂഹ്യമായി ഉയർത്തുന്നതിനാവശ്യമായ നിയമങ്ങളും പദ്ധതികളും ഉണ്ടാക്കി നടപ്പാക്കുന്നതുവഴി സമൂഹത്തിലെ അസമത്വം ഉന്മൂലനം ചെയ്യുക എന്നതാണ് സാമൂഹ്യനീതി എന്നതുകൊണ്ട് അർത്ഥമാക്കുന്നത്. സ്വതന്ത്ര ഇന്ത്യയിൽ കഴിഞ്ഞ ഏഴുപതിറ്റാണ്ടിനുള്ളിൽ പല നിയമങ്ങളും പദ്ധതികളും വഴി ഒരു പരിവർത്തനം കൊണ്ടുവരാൻ സാധിച്ചിട്ടുണ്ട്. ദലിതർ, പിന്നോക്കക്കാർ, ന്യൂനപക്ഷക്കാർ, സ്ത്രീകൾ, വികലാംഗർ, വൃദ്ധർ, പാവങ്ങൾ എന്നിവരുടെ ജീവിതത്തിൽ കുറെ അഭിവൃദ്ധി ഉണ്ടായിട്ടുണ്ട്.

തെരഞ്ഞെടുപ്പിലും വിദ്യാഭ്യാസത്തിലും ഉദ്യോഗത്തിലുമുള്ള സംവരണം സാമൂഹ്യനീതിയിലേക്കുള്ള ഒരു മാർഗ്ഗമാണ്, എന്നാൽ സംവരണം ഒരു സാമൂഹ്യനീതിയല്ല. എല്ലാ അസമത്വങ്ങളേയും ഉന്മൂലനം ചെയ്ത് സമത്വം കൈവരിക്കുക എന്നതാണ് സാമൂഹ്യനീതിയിലൂടെ ലക്ഷ്യമാക്കുന്നത്. അദ്ധ്വാനത്തിന് ഉചിത വേതനവും അതുപോലെ ഏവർക്കും അടിസ്ഥാന ആവശ്യങ്ങളുടെ ലഭ്യതയുമാണ് സാമൂഹ്യനീതി.

ആഗോളവല്ക്കരണം അമിത ഉപഭോഗസംസ്കാരത്തിന് തുണയായി. തൊഴിലാളികൾക്ക് തൊഴിൽ നഷ്ടമാകുന്നു, കർഷകർ ആത്മഹത്യ ചെയ്യുന്നു. ഗ്രാമവാസികൾ പട്ടണങ്ങളിലേക്ക് ചേക്കേറുന്നു, പട്ടണങ്ങളിൽ ചേരികൾ പെരുകുന്നു. ദിനംപ്രതി സാധാരണക്കാരുടെ ജീവിതം കൂടുതൽ ദുരിതത്തിലാകുന്നു. സ്വകാര്യവല്ക്കരണം മൂലം സർക്കാരിന്റെ ശക്തി ക്ഷയിക്കുന്നു. നിർദ്ദിഷ്ട ഭൂപ്രദേശ മേഖലകളിൽ ക്രമേണ ബഹുരാഷ്ട്ര കമ്പനികൾ രാഷ്ട്രീയഅധികാരം സ്വന്തം കൈകളിലാക്കി സാമൂഹ്യനീതിയെന്ന സങ്കല്പം അപ്രസക്തമാക്കുന്നു.

സർക്കാർ കൂടുതൽ കൂടുതൽ തൊഴിലവസരങ്ങൾ സൃഷ്ടിക്കുന്നതുവരെയും അദ്ധ്വാനത്തിന് മതിയായ പ്രതിഫലം ഉറപ്പാക്കുന്നതുവരെയും ജോലിസ്ഥിരത ഉറപ്പാക്കുന്നതുവരെയും സംവരണത്തിനകത്ത് സംവരണം, ഉദ്യോഗക്കയറ്റത്തിൽ സംവരണം, കൂടുതൽ ജാതിക്കാർക്ക്

സംവരണം തുടങ്ങിയ ആവശ്യങ്ങൾ തുടർന്നുകൊണ്ടേയിരിക്കും. ഈ അവസ്ഥയ്ക്ക് സ്ഥായിയായ ഉത്തരം സർക്കാർ അതിന്റെ നയത്തിൽ മാറ്റം വരുത്തി കൂടുതൽക്കൂടുതൽ തൊഴിലവസരങ്ങൾ സൃഷ്ടിക്കുക എന്നതു മാത്രമാണ്. ഭൂപരിഷ്കരണ നിയമം നടപ്പിൽ വരുത്തി കൃഷി സ്ഥലങ്ങളും വാസസ്ഥലങ്ങളും ദുർബ്ബല വിഭാഗങ്ങളിലെല്ലാവർക്കും നല്കേണ്ടതുണ്ട്. സർക്കാരിനിത് ചെയ്യാൻ സാധിച്ചാൽ സംവരണ പ്രശ്നം അകലും. സർക്കാരിനിത് നിർബ്ബന്ധമായി നടപ്പാക്കാൻ കഴിയണമെങ്കിൽ, തൊഴിൽ പൗരന്മാരുടെ മൗലിക അവകാശമാകണം.

10.8 മനുഷ്യാവകാശ ലംഘനം

ഐക്യരാഷ്ട്രസഭ 1948 ൽ മനുഷ്യാവകാശങ്ങൾ പ്രഖ്യാപിച്ചു. ആ ദിവസങ്ങളിലായിരുന്നല്ലോ നമ്മുടെ രാജ്യത്ത് നിയമനിർമ്മാണസഭ ഭരണഘടനാനിർമ്മിതിയിൽ വ്യാപൃതമായിരുന്നത്. നമ്മുടെ ഭരണഘടനാശില്പികൾ മനുഷ്യാവകാശപ്രഖ്യാപനത്തിൽ പുളകിതരായി അതിനെ നമ്മുടെ ഭരണഘടനയിൽ ഉൾപ്പെടുത്തി. നമ്മുടെ ഭരണഘടനയിലെ മുഖവുരയിലും മറ്റ് ചില വകുപ്പുകളിലും ഐക്യരാഷ്ട്രസഭയുടെ ഈ മനുഷ്യാവകാശ പ്രഖ്യാപനം കാണാം.

ഇന്ത്യൻ ഭരണഘടന മനുഷ്യാവകാശങ്ങളെ സംരക്ഷിക്കുന്നതിനും നടപ്പാക്കുന്നതിനുമുള്ള അധികാരം നീതിന്യായവ്യവസ്ഥയ്ക്ക് നല്കിയിരിക്കുന്നു. 32-ാം വകുപ്പനുസരിച്ച് ഇന്ത്യൻ സുപ്രീം കോടതിക്ക് മൗലിക അവകാശങ്ങൾ നടപ്പാക്കാനുള്ള അധികാരമുണ്ട്. 226-ാം വകുപ്പിനുസരിച്ച് ഹൈക്കോടതികൾക്ക് മൗലിക അവകാശങ്ങൾ റിട്ട് (writ) മൂലം നടപ്പാക്കാം.

1993 ൽ മനുഷ്യാവകാശത്തെ സംബന്ധിക്കുന്ന നിയമം 'സംസത്' പ്രാബല്യത്തിലാക്കി. ദേശീയതലത്തിലും സംസ്ഥാനതലത്തിലും മനുഷ്യാവകാശ കമ്മീഷനുകൾ നിലവിൽവന്നു. അങ്ങനെ രാഷ്ട്രത്തിലെ എല്ലാ പ്രവർത്തനങ്ങളും നിയമത്തിന്റെ അധീനതയിലാക്കി.

മനുഷ്യാവകാശങ്ങൾ നടപ്പിലാക്കുന്നതിനും സംരക്ഷിക്കുന്നതിനും നിയമവ്യവസ്ഥിതിയുടെ പങ്ക് മഹത്തരമാണ്. സുപ്രീം കോടതി അതിന്റെ നൂറുകണക്കിന് വിധിനിർണ്ണയങ്ങളിൽ ഭരണഘടനയിലെ നിരവധി വകുപ്പുകളെ വ്യാഖ്യാനിച്ച് മനുഷ്യാവകാശങ്ങളുടെ സാദ്ധ്യത വിപുലീകരിച്ചിട്ടുണ്ട്. ജീവനാവകാശം, മൗലികാവശ്യങ്ങളുടെ ലഭ്യത, മാനവഗരിമയോടെ ജീവിക്കാനുള്ള അവകാശം എന്നിവ ഉദാഹരണങ്ങളാണ്. കൂടാതെ മാമൂലുകളും സംസ്കാരവും കീഴ്‌വഴക്കങ്ങളും തുടർന്നുകൊണ്ടുപോകാനും സ്ത്രീകളോടുള്ള പെരുമാറ്റത്തിൽ സഭ്യതയും ആദരവും പുലർത്താനും. വിവരാവകാശം, സ്വകാര്യതാവകാശം, രാജ്യാന്തര യാത്രാവകാശം, വേഗത്തിൽ കുറ്റാന്വേഷണം നടത്തിക്കിട്ടാനുള്ള അവകാശം, കുടുംബത്തോടും സുഹൃത്തുക്കളോടും സഹവർത്തിക്കാനുള്ള അവകാശം, ഏകാന്തതടവിനെതിരായ അവകാശം, കൈയാമ

ത്തിനെതിരായ അവകാശം, സൗജന്യ നിയമസഹായ അവകാശം, ചികിത്സാ അവകാശം, ആരോഗ്യകരമായ പരിസ്ഥിതിക്കുള്ള അവകാശം തുടങ്ങിയവ മനുഷ്യാവകാശങ്ങളാണ്.

ഇന്ന് കർഷകർ സാമ്പത്തികമായും സാമൂഹ്യമായും സാംസ്കാരികമായും ശോഷിതരായി ആത്മഹത്യയിൽ അഭയം തേടുകയാണ്. വർദ്ധിച്ചുവരുന്ന തൊഴിലില്ലായ്മയാൽ സാമൂഹ്യവിരുദ്ധ പ്രവർത്തനങ്ങളിൽ ഏർപ്പെടുന്ന യുവാക്കൾ പെരുകിവരുന്നു. സ്ത്രീകൾക്കും കുട്ടികൾക്കും ദളിതർക്കും ന്യൂനപക്ഷക്കാർക്കും നേരെയുള്ള അതിക്രമങ്ങൾ പെരുകുന്നു. സാമ്പത്തികവും സാമൂഹ്യവുമായ ഭീകരത രാജ്യത്ത് തലപൊക്കിയിരിക്കുന്നു.

സർക്കാരും പട്ടാളവും പൊലീസും മനുഷ്യാവകാശങ്ങൾ ധ്വംസിക്കുന്നു. ഭീകരവാദികളും തീവ്രവാദികളും വർഗ്ഗീയവാദികളും മാഫിയകളും മനുഷ്യാവകാശധ്വസനം നടത്തുന്നു.

ദേശീയ മനുഷ്യാവകാശ കമ്മീഷന്റെയും സംസ്ഥാന കമ്മീഷനുകളുടെയും പ്രവർത്തനങ്ങൾ കാര്യക്ഷമമായി നടക്കുന്നില്ല. മനുഷ്യാവകാശങ്ങൾ നടപ്പാക്കാനും സംരക്ഷിക്കാനുമുള്ള രാഷ്ട്രീയ ഇച്ഛാശക്തി നഷ്ടമാകുന്നു. നമുക്കങ്ങനെ ഭരണഘടന വാഗ്ദാനം ചെയ്ത അവകാശം നഷ്ടമായിക്കൊണ്ടിരിക്കുന്നു.

വെറും വികസനം മാത്രം മതിയാകില്ല. വികസനം ജനങ്ങളുടെ സർവ്വതോമ്മുഖമായ ജീവിതനിലവാരം മെച്ചപ്പെടുമ്പോൾ മാത്രമേ ശരിയായ വികസനമാകുകയുള്ളു. മാനവികത ഉൾക്കൊള്ളുന്ന വികസനമാണാവശ്യം.

ഭാഗം 11

ഇനി എങ്ങോട്ട്

> നമ്മുടെ ഭരണഘടന നഷ്ടമായാൽ, ആഭ്യന്തര കലാപം ഉണ്ടായി ഇന്ത്യ ശിഥിലമാകും.

ഭരണഘടന ഇന്ത്യയുടെ മഹാഗ്രന്ഥമാണ്. ഈ ഭരണഘടനയാണ് വൈവിദ്ധ്യമാർന്ന മതങ്ങൾ, ജാതികൾ, സംസ്കാരങ്ങൾ, ഭാഷകൾ, വിശ്വാസങ്ങൾ, അഭിപ്രായങ്ങൾ, ആചാരങ്ങൾ, തത്ത്വചിന്തകൾ, ഭക്ഷണരീതികൾ, വസ്ത്രധാരണരീതികൾ അങ്ങനെ പലതും പിന്തുടരുന്ന ജനത്തിനെ മുന്നോട്ടുനയിക്കുന്നത്.

ജനാധിപത്യം, ജാത്യാതീയത, സാമൂഹ്യനീതി എന്നീ തത്ത്വചിന്തകൾ വിതച്ച് വളർത്തി വികസിപ്പിക്കുന്നത് ഈ ഇന്ത്യൻ ഭരണഘടനയാണ്. മനുഷ്യാവകാശങ്ങളും അടിസ്ഥാന അവകാശങ്ങളും നാം അഭിമുഖീകരിക്കുന്ന പ്രശ്നങ്ങളെ നേരിടാനുള്ള ഭരണഘടനാപരമായ പരിഹാരങ്ങളും നല്കുന്നത് ഈ ഇന്ത്യൻ ഭരണഘടനയാണ്.

നിയമനിർമ്മാണസഭ, എക്സിക്യൂട്ടീവ്, നീതിന്യായ വ്യവസ്ഥ എന്നീ സ്വതന്ത്രസ്ഥാപനങ്ങൾ ഉണ്ടാക്കി അതിൽ ഇന്ത്യൻ ജനതയെ ഭാഗഭാക്കാക്കിയത് ഈ ഇന്ത്യൻ ഭരണഘടനയാണ്. ഇന്ത്യൻ ഭരണഘടനയുടെ ലക്ഷ്യം ഒരു പരിധിവരെയെങ്കിലും സാധാരണക്കാരന്റെ പ്രാഥമിക ആവശ്യങ്ങൾ നിറവേറ്റുന്ന ക്ഷേമരാഷ്ട്ര തത്ത്വമാണ്. മതം, വർഗ്ഗം, ജാതി, ലിംഗം, ഭാഷ, ജന്മസ്ഥലം എന്നിവയിൽ ഒരു വേർതിരിവുമില്ലാതെ തുല്യ പരിരക്ഷയും തുല്യ അവസരങ്ങളും ഉറപ്പുവരുത്തിയത് ഈ ഇന്ത്യൻ ഭരണഘടനയാണ്. ആയതിനാൽ നമുക്കും നമ്മുടെ പിൻതലമുറകൾക്കുമായി ഈ ഭരണഘടനയെയും അത് പ്രദാനം ചെയ്യുന്ന ലക്ഷ്യങ്ങളെയും പരിരക്ഷിക്കേണ്ടതുണ്ട്.

നമ്മുടെ ഭരണഘടന നഷ്ടമായാൽ, ആഭ്യന്തരകലാപം ഉണ്ടായി

ഇന്ത്യ ശിഥിലമാകും. അരാജകത്വം, വിഭാഗീയത, വർഗ്ഗീയത, യാഥാസ്ഥിതികത എന്നീ മനുഷ്യത്വരഹിത അവസ്ഥ വിളയാടും. സാധാരണ ജനത്തിന് അവർ വെട്ടിപ്പിടിച്ച സ്വാതന്ത്ര്യം നഷ്ടമായി അടിമകളെപ്പോലെ നാവടക്കി കഴിയേണ്ടിവരും. സ്ത്രീകളും ദളിതരും ന്യൂനപക്ഷ മതവിഭാഗങ്ങളും പാവങ്ങളും ചൂഷണം, അടിച്ചമർത്തൽ, ക്രൂരത, ഹിംസ, അരക്ഷിതത്തം എന്നിവയുടെ ഇരയാകും. നിയമവാഴ്ച കാട്ടുനീതിക്കു വഴിമാറും. അതിനാൽ നമുക്ക് നമ്മുടെ ഭരണഘടനയെ രക്ഷിച്ചേമതിയാകൂ.

ഈ അപായകരമായപരിസ്ഥിതിയിൽ എന്താണ് നാം ചെയ്യേണ്ടത്?

ഒന്നാമതായി നാമെല്ലാവരും നമ്മുടെ ഭരണഘടന വായിച്ച് പഠിച്ച് മനസ്സിലാക്കണം. ഭരണഘടനയുടെ മൗലികതത്ത്വങ്ങൾ ഹൃദയത്തിൽ സൂക്ഷിച്ച് അതനുസരിച്ച് ജീവിക്കണം. ഭരണഘടനയുടെ ലക്ഷ്യങ്ങളെ നമ്മുടെ ജീവിതത്തിൽ ഉൾക്കൊള്ളണം. കുടുംബാംഗങ്ങൾക്ക് നമ്മുടെ ഭരണഘടനയുടെ പ്രാധാന്യത്തെ ബോദ്ധ്യപ്പെടുത്തണം. സഹവർത്തിത്വമുള്ള ബന്ധുക്കളുമായും സഹപ്രവർത്തകരുമായും സ്നേഹിതരുമായും വിദ്യാർത്ഥികളുമായും യുവജനങ്ങളുമായും ഭരണഘടയെക്കുറിച്ചുള്ള നമ്മുടെ അറിവ് പങ്കുവെക്കണം. ഭരണഘടനയുടെ എല്ലാ ലക്ഷ്യങ്ങളും പ്രയോഗത്തിൽ വരുത്താൻ കഴിയുന്നത്ര പരിശ്രമിക്കണം. ഭരണഘടന നേരിടുന്ന വെല്ലുവിളികളെ എതിർത്ത് പരാജയപ്പെടുത്തണം.

നമ്മുടെ ഭരണഘടനയുടെ രക്ഷയ്ക്കും ദേശത്തിന്റെ അഖണ്ഡതയ്ക്കും ജനങ്ങളുടെ ക്ഷേമത്തിനുമായി ഏതു യാതനയും അനുഭവിക്കാൻ നമുക്ക് സന്നദ്ധരാകാം.

ഭാഗം 12

അനുബന്ധങ്ങൾ

1. മൂലകൃതിയുടെ അവതാരികയിൽ നിന്ന്

നമ്മുടെ ഭരണഘടനയെ സംബന്ധിച്ച് ചില മോശപ്പെട്ട പരാമർശങ്ങൾ നടക്കുന്നുണ്ട്. ഈയിടെ 12.8.18 ൽ സ്ഥാനമൊഴിഞ്ഞ ഒരു ജഡ്ജ് തന്റെ പ്രഭാഷണത്തിൽ ഹിന്ദു ലോയേഴ്സ് അസോസിയേഷന്റെ അനിവാര്യതയിൽ ഊന്നൽ നല്കിക്കൊണ്ട് ഹിന്ദുത്വമാണ് ഭാരതീയത എന്ന പ്രഘോഷണം നടത്തിയതായി പത്രങ്ങളിൽ വന്ന വാർത്ത ഞാൻ കാണാനിടയായി. അത് വായിച്ചശേഷം വേദനിച്ചു. ന്യായാധിപനായിരുന്നിട്ടുകൂടി മതാധിഷ്ഠിത വക്കീലന്മാരുടെ സംഘടനയെ പ്രകീർത്തിക്കുകയും ഹിന്ദുത്വം അഥവ ഹിന്ദു ആയിരിക്കുക എന്നത് മാത്രമാണ് ഭാരതീയതയെന്നു പറയുമ്പോൾ ഭരണഘടനയെ എപ്രകാരമാണ് മനസ്സിലാക്കിയിരിക്കുന്നത് എന്ന പ്രശ്നം ഉദിക്കുന്നു. ഹിന്ദുവായാലും മുസ്ലീമായാലും ക്രൈസ്തവനായാലും ഏതു മതത്തിൽപ്പെട്ട വക്കീലായാലും അവരവരുടെ മതത്തിൽപ്പെട്ടകുറ്റവാളികളുടെ രക്ഷയ്ക്കായി സംഘടിതമായി പ്രവർത്തിച്ചാൽ മതേതരത്വത്തിന്റേയും മതസൗഹാർദ്ദതയുടേയും ഉദകക്രിയ ആകില്ലെ? കക്ഷികൾ ഏതു മതത്തിൽപ്പെട്ടവർ ആയാലും അവരുടെ പരിരക്ഷ ഉറപ്പാക്കാൻ ബാദ്ധ്യസ്ഥരാകുക എന്നതാണ് വക്കീലിന്റെ കർത്തവ്യം. അതുകൊണ്ട് ജാതിമത അടിസ്ഥാനത്തിൽ വക്കീലന്മാർ സംഘടിക്കുന്നതിന്റെ ലക്ഷ്യം ഭരണഘടനപ്രകാരം ശരിയാണോ എന്ന ചോദ്യം പ്രസക്തമാകുന്നു. ഇപ്രകാരം സംഘടിക്കാൻ ഭരണഘടന അനുവദിക്കുന്നുണ്ട്. എന്നാൽ ഭരണഘടനയുടെ അന്തഃസത്തയുമായി പൊരുത്തപ്പെടുന്നതാണോ എന്ന ചോദ്യം അവശ്യം ഉണ്ടാകും. അതോടൊപ്പം പ്രസക്തമായ ചോദ്യം ഹൈന്ദവമാണോ ഭാരതീയത അതോ ഭാരതീയതയുടെ ഭാഗമായി വരുന്നതാണോ ഹൈന്ദവം? ഹിന്ദുക്കളെല്ലാം ഭാരതീയരാണ്. അതിനാൽ ഹിന്ദുക്കൾ മാത്രമാണോ ഭാരതീയർ? ഈ

ദേശത്തിലെ സ്ഥിരവാസികളെല്ലാം ഭാരതീയരാണ്; ഭാരതീയരായി പണിയെടുത്തു ജീവിക്കുന്നവരാണ്. അവർ ഹിന്ദുവോ മുസ്ലീമോ ക്രൈസ്തവനോ സിഖുമതക്കാരനോ ആരായാലും അവരെല്ലാം ഭാരതീയർ. ഇവർ സ്വയം ഭാരതീയരല്ലെന്നു ഭാവിച്ചാൽ അവരുടെ ദേശസ്നേഹത്തിന്റെ ആഴം സംശയാസ്പദമാണ്. അതു മാത്രമല്ല ഇവരെല്ലാം ഭാരതീയരല്ല എന്നു കരുതുന്നവരുടെ ദേശസ്നേഹവും സംശയിക്കപ്പെടണം. ഹിന്ദുത്വം മാത്രമാണ് ഭാരതീയത എന്നത് ഭാരതീയതയുടെ തന്നെ സങ്കുചിതമായ വ്യാഖ്യാനമാണ്. ഇത്തരം വ്യാഖ്യാനത്തിന് ഒരു മുൻ ന്യായാധിപൻ മുതിരുന്നത് ഭരണഘടന വിളംബരം ചെയ്യുന്ന സാർവ്വദേശീയതയ്ക്ക് പ്രഹരമാകുന്നു. ഇവരുടെ നിയമവിധികളിൽ സംശയം ഉയരുന്നത് സ്വാഭാവികം. നിയമസംവിധാനത്തിലെ പ്രമുഖർതന്നെ ഭരണഘടനയുടെ ആശയം മനസ്സിലാക്കിയില്ലെങ്കിൽ അഥവാ തെറ്റായി വ്യാഖ്യാനിച്ചാൽ അല്ലെങ്കിൽ ഭരണഘടനയെത്തന്നെ നിരാകരിച്ചാൽ പിന്നെ സാധാരണക്കാരുടെ കാര്യം എന്താകും? ജനാധിപത്യവും മതേതരത്വവും അന്തഃസത്തയായുള്ള ഭരണഘടന ശരിയായി മനസ്സിലാക്കാനും മറ്റുള്ളവരെ മനസ്സിലാക്കിക്കൊടുക്കാനും ഉള്ള ഉത്തരവാദിത്വം നിറവേറ്റുക എന്ന കർത്തവ്യം ഇന്നു മുൻപെങ്ങുമില്ലാത്തവിധം ആവശ്യമായിരിക്കുന്നു. ഒരു മുൻ ന്യായാധിപന്റെ ഇത്തരം നിരീക്ഷണം ഈ ആവശ്യത്തിന്റെ പ്രസക്തി കൂട്ടിയിരിക്കുന്നു. ഇത് ആ ഒരാളിന്റെ കാര്യം മാത്രമല്ല. അദ്ദേഹത്തെ ഒറ്റപ്പെടുത്തുന്നതും ശരിയല്ല. ഇത്തരം വീക്ഷണങ്ങൾ നമ്മുടെ ദേശത്ത് വളർന്നുവരുന്നതായി അറിയണം എന്നതിനായിട്ടാണ് പ്രസ്തുത ഉദാഹരണം എടുത്തുപറഞ്ഞത്..

മാനവികത ഉൾക്കൊള്ളുന്ന അസാധാരണ പ്രമാണമാണ് നമ്മുടെ ഭരണഘടന. ആയതിനാൽ ആചാര-അനുഷ്ഠാന രേഖ എന്നതിനു പകരം സംവേദനഗ്രന്ഥമായി ഭരണഘടനയെ കാണണം. സംവേദനത്തിന്റെ ഭാവനയും ചിന്തയും സമന്വയിക്കുന്ന ഹൃദയത്തിന്റെ ശബ്ദമായി ഭരണഘടന മാറണം. 'ഹൃദയ ധ്വനിയെക്കാൾ മെച്ചപ്പെട്ടത് ഏതു കാലത്തെ ശാസ്ത്രത്തിലാണ് ഉള്ളത്?'എന്നു ചോദിച്ച മഹാകവി കുവെമ്പുവിനെ ഓർത്തുപോകുന്നു.

ഭരണഘടന നമ്മുടെ ഹൃദയത്തിന്റെ ശബ്ദമാണെങ്കിൽ നാഗമോഹൻദാസിന്റെ പുസ്തകം ആ ശബ്ദത്തിന്റെ ശ്രുതിലയമാണ്.

-ബൈരഗുരു രാമചന്ദ്രപ്പ
ബെംഗളൂരു, ആഗസ്ത് 2018

2. മൂലകൃതിയുടെ പ്രകാശനഭാഷണത്തിൽ നിന്ന്

ഈ ദേശത്തിന്റെ വൈവിദ്ധ്യവ്യാകരണം ധ്വനിപ്പിക്കുന്ന ഒരു വിശുദ്ധ ഗ്രന്ഥവും നമുക്കില്ല. അത് ലിഖിതപ്പെട്ടിട്ടുണ്ടെങ്കിൽ ഡോ. അംബേദ്കറുടെ നേതൃത്വത്തിൽ രചിക്കപ്പെട്ട ഭരണഘടനയിൽ മാത്രമാണ്. ഇന്ത്യയുടെ നാനാത്വത്തെ പ്രതിപാദിക്കുകയും അതിനെ ഒരു നൂലിൽ കോർക്കുകയും ചെയ്ത ഒരേയൊരു പ്രമാണം നമ്മുടെ ഭരണഘടനയാണ്. ഭരണഘടനയെ ബഹുമാനിക്കുകയെന്നാൽ രാഷ്ട്രത്തെ ബഹുമാനിക്കുക എന്നതാണ്. ഭരണഘടനയെ അവഗണിക്കുകയെന്നാൽ രാഷ്ട്രത്തെ ധിക്കരിക്കലാണ്.

നമ്മുടെ ഭരണഘടന നമ്മെ പരമ്പരാഗതമായ രാജഭരണത്തിൽ നിന്നും, മതാനുഷ്ഠാനങ്ങളിൽനിന്നും, ജാതിവിവേചനത്തിൽനിന്നും മറ്റുവേർതിരുവുകളിൽനിന്നും മോചിപ്പിച്ച് രാഷ്ട്രത്തിലെ പൗരന്മാരാക്കി. കാലത്തിന്റെ ഗതിവിഗതികളിലൂടെ അടിഞ്ഞുകൂടിയ ബന്ധനങ്ങളിൽ നിന്നും നമ്മെ മോചിപ്പിച്ച് മനുഷ്യജീവിതം നയിക്കാൻ സജ്ജരാക്കി. ദശലക്ഷം ഭാരതീയർക്ക് സുരക്ഷിതജീവിതം ഉറപ്പാക്കി. സമത്വവും സാമൂഹ്യ നീതിയും മരീചിക മാത്രമായിരുന്ന ഇന്ത്യയിൽ ഏവരുടെയും തുല്യതയും വ്യക്തിത്വവും ഉയർത്തിപ്പിടിക്കുന്നത് ഭരണഘടനയാണ്. ഏവരേയും സംരക്ഷിക്കാനുള്ള ഉത്തരവാദിത്വം അതിനുണ്ട്.

ഭരണഘടനയെ നമ്മൾ സംരക്ഷിച്ചാൽ, അത് നമ്മെ സംരക്ഷിക്കും എന്നാണെന്റെ വിശ്വാസം.

-ഡോ. പുരുഷോത്തം ബളിമലെ

കന്നഡ അദ്ധ്യയന പീഠം, ജെ എൻ യു, ന്യൂഡൽഹി

3. മൂലകൃതിയുടെ പ്രസാധകരിൽ നിന്ന്

ഭരണഘടന, ഒരു വായന കന്നടയിൽ പ്രസിധീകരിച്ചത് 2018 ആഗസ്ത് 25 നാണ്. കർണ്ണാടകത്തിലെ പുരോഗമന കലാസാംസ്കാരിക രംഗത്ത് അരനൂറ്റാണ്ടിന്റെ പ്രവർത്തന പാരമ്പര്യമുള്ള സംഘടനയായ 'സമുദായ'യുമായി കൈകോർത്ത് ഭരണഘടന വായിക്കൂ, അതിലെ മഹത്തായ സന്ദേശങ്ങൾ ഉൾക്കൊള്ളു, എന്ന സന്ദേശം വിദ്യാർത്ഥികളിലും യുവജനങ്ങളിലും കർഷകരിലും തൊഴിലാളികളിലും അങ്ങനെ എല്ലാ വിഭാഗ ജനങ്ങളിലും എത്തിക്കാൻ സംരംഭങ്ങൾ നടത്തിവരുന്നു. ഇതിനകം 60,000 ത്തോളം പ്രതികൾ ജനങ്ങളിലെത്തി എന്നത് കന്നഡ പ്രസാധക ചരിത്രത്തിൽ ഒരു നാഴികക്കല്ലാണ്..

ഈ കൃതിയുടെ രചന നടത്തിയത് ജനകീയ സമരങ്ങളിൽ ജനങ്ങൾക്കൊപ്പം നിലയുറപ്പിച്ച പ്രശസ്ത വാഗ്മിയും സാമൂഹ്യപ്രതിബദ്ധതയുള്ള എഴുത്തുകാരനും നീതിയിലധിഷ്ഠിതമായ നിയമവാഴ്ചയുടെ കാവല്ക്കാരനായി നിലകൊണ്ട കർണ്ണാടക ഹൈക്കോടതി ജഡ്ജും ചിന്തോദ്ദീപ്തമായ നിരവധി പുസ്തകങ്ങളുടെ രചയിതാവുമായ ജസ്റ്റിസ് നാഗമോഹൻദാസ് ആണ്. സമത്വത്തിനായി ജീവിച്ച പുരോഗമന എഴുത്തുകാരനും ജനപക്ഷ ചിന്തകനും സാംസ്കാരിക രംഗത്ത് സജീവ സാന്നിദ്ധ്യവുമായിരുന്ന ഡോ. ആർ വി ഭണ്ഡാരിയുടെ സ്മരണാർത്ഥം സ്ഥാപിതമായ *സഹയാന* ഒരു ദശാബ്ദം മുൻപ് ഉദ്ഘാടനം ചെയ്തത് ജസ്റ്റിസ് നാഗമോഹൻ ദാസ് ആയിരുന്നു.

*സഹയാന*യുടെ വികസനത്തിനാവശ്യമായ ആർ വി വസിച്ചിരുന്ന ഇരുനിലവീടിന്റെ അനിവാര്യവും കാലോചിതവുമായ നവീകരണവും, അങ്കണത്തിന്റെയും തിയേറ്ററിന്റെയും ഉപചാരമന്ദിരത്തിന്റെയും രൂപകല്പനയും സംരചനയും നിർവ്വഹിച്ചുവരുന്ന ശ്രീ ആചാരി ഈ കൃതിയെ മലയാളി വായനക്കാർക്കായി മൊഴിമാറ്റിയതിൽ ഞങ്ങൾ സന്തുഷ്ടരാണ്.

ഒക്ടോബർ 6, 2019

വിത്തൽ ഭണ്ഡാരി
കാര്യദർശി, സഹയാന കെരികോൺ.

അടിക്കുറിപ്പുകൾ

1. ആദിമസമാജാനന്തരസമൂഹം

2. മലയാളത്തിന്റെ പ്രിയകവി പി ഭാസ്കരൻ 'ഭാരതമെന്നാൽ പാരിൻ നടുവിൽ കേവലമൊ പിടി മണ്ണല്ല, അതു ജനകോടികളുടെ ജന്മ ഗൃഹമല്ലോ.'

3. തുടക്കത്തിൽ: 22, കൂട്ടിച്ചേർത്തത്:4 (IVA, IXA, IXB, XIVA); പിൻവലിച്ചത്:1 (VII).

4. തുടക്കത്തിൽ: 395; കൂട്ടിച്ചേർത്തത്: 51A, 243A, 243B, 243C,; പിൻവലിച്ചത്: 2A, 31, 31D, 32A, 131 A...

5. പിൻവലിച്ച അദ്ധ്യായം

6. ഈ മൊഴിമാറ്റം പൂർത്തിയാ മ്പോൾ 17-ാമത്തെ തിരഞ്ഞെടുപ്പു കഴിഞ്ഞ് പുതിയ സർക്കാർ നിലവിൽവന്നിരിക്കു ..